திசைகளைத் திருத்தும் திருமா

திசைகளைத் திருத்தும் திருமா

பிரேம்

எதிர் வெளியீடு

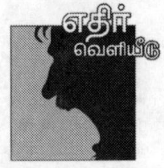

திசைகளைத் திருத்தும் திருமா
பிரேம்

முதல் பதிப்பு: செப்டம்பர் 2023

எதிர் வெளியீடு,
96, நியூ ஸ்கீம் ரோடு, பொள்ளாச்சி – 642 002
தொலைபேசி: 04259 226012, 99425 11302

விலை: ரூ. 220

Thisaikalai Thiruthum Thiruma
Prem
Copyright © Prem
First Edition: September 2023

Published by
Ethir Veliyeedu, 96, New Scheme Road, Pollachi – 2
email: ethirveliyedu@gmail.com
www.ethirveliyeedu.com

ISBN: 978-81-960244-8-2
Cover Design: Santhosh Narayanan
Printed at Jothy Enterprises, Chennai.

All rights reserved. No part of this book may be reprinted or reproduced or utilised in any form or by any electronic, mechanical or other means, now known or hereafter invented, including Photocopying and recording, or in any information storage or retrieval system, without permission in writing from the Publisher.

நம் காலத்தின் விடுதலை அரசியலுக்கான தலைவர்
தோழர் தொல். திருமாவளவன்
அவர்களின்
மணிவிழா அன்பளிப்பாக

பொருளடக்கம்

திசைகளைத் திருத்தி அமைக்கும் திருமா 09
இலக்கியங்கள் பற்றிக் கொள்ளும் தலைவன் 13
தலைமுறைகளைக் காக்க தமிழ் அறிவை மீட்க 19
வரலாற்றைத் திருத்தியெழுதுதலும் அடங்க மறுத்தலின் தொடக்கமும் 26
புத்தரா, கார்ல் மார்க்ஸா அல்லது அம்பேத்கரா? 36
பூர்வ பௌத்தரும் புரட்சி பௌத்தரும் 54
அம்பேத்கர் கண்டெடுத்த நவீன இந்தியா 74
தலித் அரசியல்: கருத்தியலும் உடலும் 92
விடுதலைக்கான அறிவியல் 102

திசைகளைத் திருத்தி அமைக்கும் திருமா

நம்பிக்கைகள் மாறியமைந்த காலத்தின் அரசியல் 1980-களில் நம்மிடம் செயலற்ற ஒரு திகைப்பை உருவாக்கியிருந்தது. விடுதலை அரசியல் பற்றிய இந்தியத் திட்டங்கள் மட்டுமில்லை உலகத் திட்டங்களும் மாறியிருந்தன.

வர்க்கமற்ற சமூகம் பற்றிய கனவுகள் வழிநடத்திய ஒரு நூற்றாண்டு அரசியலால் உருவாகியிருந்த உளவியல், நடத்தையியல் இருப்பு சாதியற்ற சமூகத்தின் தேவையை மீண்டும் உறுதியாக உணரத் தொடங்கியது.

அதற்கு முன்பே இருந்து வந்த அம்பேத்கரிய அறிவும் அரசியலும் வரலாற்றில் உள்ளொடுங்கிய ஒன்றாகக் கரைந்து போயிருந்த போது அதனை மீண்டும் வரலாற்றின் முதன்மைக் குரலாக, முன் நிற்கும் அரசியலாக வடிவமைத்து புதிய மொழியில் முன்வைத்தது விடுதலைச் சிறுத்தைகள் இயக்கம்.

வரலாற்றில் நிகழ வேண்டிய அந்தப் பெரும் மாற்றத்தைப் பேச நமக்கு ஒரு மொழியும் அதற்கான ஒலியும் தேவைப்பட்டது, அதனை வழங்கியவர்தான் தோழர் தொல்.திருமாவளவன். அந்தக் குரல் நமக்குப் புதிய ஒரு உயிராற்றலை அளித்தது. திசையற்ற திகைப்பில் நின்ற அரசியலுக்குப் புதிய திசையையும் பயணத்தையும் உருவாக்கித் தந்த வரலாறு அவருடன் பிணைந்தது. எளிய மக்களின் கனவுகளையும் கடினமான அரசியல் செயல்பாட்டையும் இணைத்த உணர்வு செறிந்த ஆளுமை அவர்.

அவரது குரல் அறிவின் அடிப்படையிலான உணர்வின் துடிப்புடன் எமக்கு அடையாளம் அளித்தது. சிதறிக் கிடந்த மனங்களை இணைத்து பெரும் அமைப்பாகக் கட்டியது. அதுவரை தமிழக அரசியலில் உருவமற்றுக் கரைந்து போயிருந்த மக்களுக்கு அது உருவம் கொடுத்தது.

அடங்க மறு, அத்து மீறு, திமிறி எழு, திருப்பி அடி என்பது கருத்தியல் தளத்திலும் உடலியல் தளத்திலும் எம் வாழ்வைப் புதிய உருவாக்கம் செய்தது. அரசதிகாரத்திலும் தேர்தலிலும் பங்கேற்காமல் இருந்த முதல் பத்தாண்டுகளில் அது உணர்வின் வழி நின்று போராட்டங்களை முன்னெடுத்தது. அந்த உணர்வெழுச்சியின் காலம் நம் மக்களுக்கு உளவியல் அடையாளத்தை வழங்கியது. மக்கள் அதிகாரத்தின் மாற்று உருவமாக அது திரண்டு எழுந்தது.

விடுதலைச் சிறுத்தைகள் கட்சியாக மாறிய பின் அது எதிர்கால அரசியலையும் கணக்கில் கொண்ட திட்டமிடலுடன் மேலெழுந்தது. வர்க்க அரசியல், சாதி அரசியல், மொழி இன அரசியல், பால்சமத்துவ அரசியல், பாசிச எதிர்ப்பு அரசியல், சூழலரசியல் என உயிர்க் காப்பு அரசியல் அனைத்தையும் உள்ளடக்கிய அரசியலாக நிலைகொண்டுள்ள விடுதலைச் சிறுத்தைகள் கட்சியின் தலைமை பொறுப்பு என்பது வரலாற்றின் பெரும் வெற்றிடத்தை நிரப்பியதுடன் இனி வரும் அரசியலுக்கான உணர்வும் அறிவும் இணைந்த அடையாளத்தையும் உருவாக்கித் தந்துள்ளது.

பேராளுமைகள் வரலாற்றின் தேக்கத்தை உடைத்து முன் செலுத்தும் சக்திகள், அதற்காக அவர்கள் தங்கள் வாழ்வை முழுமையாக ஈகம் செய்கின்றனர். கருத்தியலும் செயலும் கலந்த தன் வாழ்வின் வழி ஒரு இயக்கத்தையும் அந்த இயக்கத்தின் வழி இரண்டு தலைமுறைகளுக்கான புதிய அடையாளத்தையும் உருவாக்கித் தந்திருக்கிறார் தலைவர் திருமாவளவன். திருமா என்ற பெயர் ஒரு குறியீடாக மாறி முப்பது ஆண்டுகள் கடந்து விட்டன. தோழர் திருமாவின் மணிவிழா ஆண்டும் கூட ஒரு குறியீட்டு நிகழ்வுதான். அரசியல் அழிந்து அடையாளம் கரைந்து போக இருந்த காலத்தை அரசியல்படுத்தி அறிவின் அடையாளம் அளித்த ஒரு வாழ்வு இது. அதற்கென அவர் செய்த ஈகங்கள் அளப்பறியவை.

தனது ஒவ்வொரு நொடியையும் தனது மக்களுக்காகத் தந்துவிட்ட அத்தலைவர் அனைத்து மக்களுக்குமான அரசியலையே தனது வாழ்வாக்கிக் கொண்டவர். தனிமனிதராக அவர் எந்த நொடியும் இருப்பதில்லை, தனது ஒவ்வொரு சொல்லிலும் செயலிலும் மாறுதலுக்கான அரசியலின் வடிவமாகவே இருக்கிறார்.

இன்று தமிழக அரசியலில் பகுத்தறிவும், சமத்துவமும் வழிகாட்டும் நெறிகளாக இருப்பதற்கு திருமா ஆற்றலே அடிப்படை. அவரது அமைப்பாக்கும் செயல் தற்கால அரசியலின் திசைகளைத் திருத்தி அமைக்கிறது. தேசிய அரசியலில் பாசிசத்தை எதிர்ப்பது, தமிழக அரசியலில் சாதியத்தை எதிர்ப்பது, உலக அளவிலான அனைத்து முற்போக்குச் சிந்தனைகளையும் தனதாக்கிக் கொள்வது என்பதுதான் திருமா கருத்தியல்.

திருமா காலம் என இளைஞர்கள் குறிப்பிடும்போது இவை எல்லாம் இணைந்த ஒரு அரசியலும் சமூக உளவியலும்தான் நமது நினைவுக்கு வருகின்றன. திருமா போன்ற ஒரு தலைவர் இல்லை எனில் அருவமான கனவுகளும், எதிர்காலம் பற்றிய ஏக்கங்களும்தான் எம் போன்றவர்களுக்கு மிஞ்சியிருக்கும். அவர் உருவமும் குரலும் பல ஆயிரம் மனங்களுக்கு வாழ்வின் அடையாளமாகவும் எதிர்கால மாற்றத்தின் இருப்பாகவும் இருக்கிறது. தாய்ச்சிறுத்தை என்ற அழைப்பு தற்காலத் துயரங்களுக்கு மருந்தாக ஒலிக்கிறது.

என் தலைமுறையினருக்கு நேர்ந்த உருச்சிதைவும், உருக்குலைவும் இப்போதுள்ள தலைமுறையினருக்கு நேரக்கூடாது எனில் அவர்கள் திருமா காட்டும் திசைவழியே சிந்திக்கவும் செயல்படவும் வேண்டும். அது அமைப்பாய்த் திரளவும் அடையாளம் பெறவுமான அன்பின் வழிப்பட்ட அரசியல் சார்ந்தது. அரசியல் பௌத்தமும் அம்பேத்கரியமும் மார்க்ஸியமும் நம் காலத் தன்மையுடன் கலந்த அறிவின் வழி நிகழும் புதிய வாழ்வு சார்ந்தது.

திருமா தமிழ் அரசியலின் திசைகளைத் திருத்தி அமைத்தவர். பொதுவுடைமை அரசியலை சாதியொழிப்புடன் இணைய வைத்தவர். திராவிட அரசியலை சனாதன அநீதிக்கு எதிராகத் திசைமாற்றி அமைத்தவர். பாசிச எதிர்ப்பின் வழி மக்களுக்கான கூட்டணியே மாற்று அரசியல் என உறுதிப்படுத்தியவர். அனைத்தையும் விட மானுடம் காக்கும் அனைத்து செயல்திட்டங்களையும் கற்று முன் செல்லும் மன இயக்கத்தையே அரசியலாய் மாற்றியவர்.

இதனை நினைவில் கொண்டு எழுதப்பட்ட கட்டுரைகள் இவை. விரிவான வரலாற்று ஆவணமாக இல்லாமல் நினைவுகளின் பதிவுகளாக அமைந்துள்ள இவை பின்நவீனத்துவப் பொருளில் சொல்லிருப்பு சார்ந்தவை, சொல்வழி வாழ்தலின் அடையாளமாக

அமைந்தவை. விடுதலை அரசியலை மெய்மையாக வைக்கும் திருமா என்ற வரலாற்றுப் பேராளுமையை முன்வைத்து நம் கால வாழ்வைப் பொருள்படுத்துபவை.

இலக்கியங்கள் பற்றிக் கொள்ளும் தலைவன்

“எந்தவொன்றுடன் மனம் ஒன்றுகிறதோ, ஊன்றுகிறதோ அந்தவொன்றையே மனிதனால் அறிய முடியும். ஒன்றும் மனமும், உழைக்கும் மூளையுமே மனிதனுக்கு அறிதலைத் தருகிறது. அதாவது அறிவைத் தருகிறது.” (அமைப்பாய்த் திரள்வோம்: 370)

“மனிதனின் இயக்கத்திற்கு மனமே அடிப்படை ஆற்றலாக அமைகிறது என்றாலும், மனதின் இயக்கத்திற்கு அம் மனம் சார்ந்த சூழல்களே முதன்மையான ஆதாரமாக அமைகிறது. அதாவது மனதைக் கட்டமைப்பதில், மனத்தை இயங்க வைப்பதில், மனதோடு தொடர்புடைய சுற்றுச் சூழல்கள் பெரும் பங்கு வகிக்கின்றன.” (அமைப்பாய்த் திரள்வோம்: 361)

“சமூகங்கள் பழமையில் அமுந்தி அழிவைச் சந்திக்கும் நிலையில் அவற்றைக் காக்கப் புதிய வழிகள் உருவாக்கப்படவேண்டும், அப்புதிய வழிகள் புதிய சிந்தனைகளால் உருவாக்கப்படுகின்றன. புதிய வழிகள் அற்றுப் போகும் போது சமூகம் வீழ்ச்சியடைகிறது. காலம் சில புதிய வழிகளைக் காட்டக்கூடும். ஆனால் புதிய வழியில் முன்னோக்கிச் செல்வது காலத்தின் பணியல்ல, அது மனிதர்கள் செய்ய வேண்டுவது. அதனால் வரலாற்றைப் படைப்பது மனிதர்களே, சமூகச் சூழலோ தனிமனிதச் சூழலோ அதற்கான தொடக்க ஆற்றலாக இருக்கலாமே தவிர அவையே முழுக்காரணியாக அமைவதில்லை.” (அண்ணல் அம்பேத்கர், 1945)

தமிழ்ச் சமூக வரலாற்றில் 1980-களில் ஏற்பட்ட ஒரு அரசியல் தேக்கம் உலகமயமாதலுக்கு முன் பல சமூகங்களில் ஏற்பட்டுள்ளது. அத்தேக்கம் மாற்றங்களுக்கு எதிரான பழமையை நோக்கி அனைத்துச் சமூகங்களையும் தள்ளியது. உயர்தொழில் நுட்பமும் புதிய ஊடகப் பெருக்கமும் மக்கள் சக்திகளையும் விடுதலைக் கருத்தியல்களையும் அடிமை கொண்டதுடன் அதிகாரமும் ஆதிக்கமும் அவற்றின் துணையுடன் புதிய

வடிவத்தில் தம்மை நிறுவிக் கொண்டன. தமிழ்ச் சமூகம் கடந்த இரண்டு நூற்றாண்டுகளில் தன்னை மாற்றியமைத்துக் கொள்ள முன்னெடுத்த முயற்சிகளும் இயக்கப் போக்குகளும் விடுதலைக்கு எதிரான அரசியலில் தம்மைக் கரைத்துக் கொண்டதுடன் பழமை மீட்பில் தம்மை ஒப்படைத்துக் கொண்டன. அதற்கான காரணம் அதுவரை தமிழ் அரசியலை வழிநடத்திய கருத்தியல் தலைமைகள் சாதித் தலைமைகளாகவும் சாதிகாக்கும் சக்திகளினால் கட்டுப்படுத்தப்பட்டவையாகவும் இருந்தன.

பகுத்தறிவு இயக்கத்தின் வழியாக உருவாக்கப்பட்ட சமூகநீதி, சமத்துவம் இரண்டும் தமிழ்ச் சமூகத்தின் முதன்மைக் குடிகளை இரக்கத்திற்கும் கருணைக்கும் உரிய மக்களாக மட்டுமே அடையாளம் காட்டியதுடன் அக்குடிகளுக்கு உரிய அரசியல் அதிகாரத்தையோ அக்குடிகளின் வரலாற்றுப் பங்கையோ அளிக்க முன்வரவில்லை. அதற்கான புரிதலோ கருத்தியலோ அதனிடம் இல்லை என்பதைவிட அதனை ஏற்பதினால் உருவாகும் அடிப்படை மாற்றத்தை அது விரும்பவில்லை என்பதுதான் முதன்மைக் காரணம்.

உழைக்கும் வர்க்க அரசியல் வர்க்கச் சமத்துவத்தை முன் வைத்து இந்தியச் சாதிய வன்முறையை மறைக்க முயன்றது போல, திராவிடத் தமிழ் அரசியலும் பகுத்தறிவு அரசியலும் தமிழினம் பற்றிய தனது பேச்சிற்குள் விடுதலைக்கான மக்களின் அரசியலையும் சாதிமறுக்கும் மக்களின் அடையாளத்தையும் மறைக்க முயன்றது, அதனை மறதிக்குள்ளாக்கி வைத்தது. இந்திய தேசியம் இந்து தேசியமாக மாறியது போல திராவிடத் தேசியம் சாதிகாக்கும் தேசியமாக உருவாகி நின்றது. இவை இரண்டுமே சனாதனப் பழமைகாக்கும் வன்முறையின் வடிவங்களாக உலக அளவிலான பாசிச வடிவத்தின் பகுதிகளாக இணைந்து கொள்ளக்கூடியவை, அது அவ்வாறே நிகழ்ந்தது.

இந்த நிகழ்வுகள் உருவாக்கிய தேக்கம் தமிழ்ச் சூழலில் இனியான விடுதலை அரசியலைப் பற்றிய நம்பிக்கை இழப்பை உருவாக்கியதுடன், விடுதலை அரசியலுக்கான மொழியையும் அதற்கான கருத்தியல்களையும் இல்லாமலாக்கியிருந்தது. விடுதலையரசியலை இல்லாமலாக்கி 'நலவழி' அரசியலை முன்னிலைப்படுத்தியதுடன் கருணைத் தலைமையையும் அருள்வழங்கும் ஆட்சியையும் கொண்டாடும் நிலையை உருவாக்கி இருந்தது.

இந்த வகை அரசியலை இந்திய அளவில் முழுமையாக மறுத்தவரும் அதற்கு எதிரான வரலாற்றைத் தொடங்கி வைத்தவருமான அண்ணல் அம்பேத்கரின் தேவை முழுமையாக உணரப்பட்ட போதுதான் தமிழக அரசியலின் புதிய களம் தொடங்குகிறது. அந்தத் தொடக்கம் விடுதலைச் சிறுத்தைகள் இயக்கமாக 1990 முன்னெழுந்து பிறகு விடுதலைச் சிறுத்தைகள் கட்சியாக முழுவடிவம் பெறுகிறது.

எந்த ஒரு இயக்கமோ கட்சியோ தனிமனிதர்களால் எழுவதோ வளர்வதோ இல்லை என்பது இயங்கியல் உண்மை. அதே போலத் தலைமையே அனைத்தும் என்ற வழிபாடு விடுதலை அரசியலுக்கு எதிரானது. ஆனால் திருமாவளவன் என்ற தலைமையும் திருமா என்ற ஆளுமையும் இந்த இயங்கியலை மாற்றியமைத்தது.

தன்னைத் தனிமனித நிலையில் இருந்து முழுமையான வரலாற்றுச் சக்தியாக, சமூக ஆற்றலாக மாற்றிக்கொண்ட பின் தமிழ் அரசியலின் அடையாளமாக அப்பெயர் மாறிவிட்டது. சேரித்தமிழுடன் சேராத தமிழை வாரியெடுத்து புது வடிவம் தந்ததுடன் அதன் பிழைகள் அனைத்தையும் அடிக்கோடிட்டு திருத்தும் பணியையும் தன் வாழ்வாக மாற்றிக் கொண்ட தலைமை அது.

ஒரு சமூகம் தன் தலைமையைத் தானே உருவாக்கிக் கொள்ளும் என்பது ஒரு வகையில் உண்மை. காந்தியை அவர் காலத்தின் சனாதன, பார்ப்பனச் சக்திகள், தேசிய முதலாளிகள் கூட்டாக வளர்த்துக் கொண்டாடினர். பகுத்தறிவு ஆசான் பெரியாரை பார்ப்பன எதிர்ப்புச் சக்திகளும் இடைநிலைச் சாதிகளும் உருவாக்கிக் காத்தன. சமூகப் பொருள்வளம் கொண்ட சாதிகளில் இருந்து உருவாகும் தலைமைகளின் ஒவ்வொரு செயல்பாடும் தியாகமாக, சேவையாக, பெருமைக்குரியதாக கொண்டாடப்பட்டுக் கொண்டே இருக்கும்.

அவர்களின் ஒவ்வொரு சொல்லையும் கொண்டுசெல்ல சிறிய அளவிலோ பெரிய அளவிலோ படையணிகள் செயல்படும். அண்ணல் அம்பேத்கரின் வாழ்வு இதற்கெல்லாம் முற்றிலும் மாறானது, பிறப்பிலிருந்தே உரிமை மறுக்கப்பட்ட வாழ்வு, தன்னைத் தனிமனிதராக நிலைப்படுத்திக் கொள்வதற்கே போராட வேண்டிய வாழ்வு. அந்தப் போராட்டத்திற்கே வாழ்வாற்றலையெல்லாம் செலவிட வேண்டிய வரலாற்று

அவலம் கொண்ட வாழ்வு. ஆனால் அவற்றையெல்லாம் தன் அறிவாற்றலால், உழைப்பால் கடந்து தன்னைத் தன் சமூகத்திற்கென அளித்துத் தன் சமூகத்தின் விடுதலைக்கான அடையாளமாக மாறியதுடன் இந்தியச் சமூகத்தின் உண்மையான விடுதலை அரசியலின் அடிப்படையாகவும் தன்னை மாற்றிக்கொண்டவர் அம்பேத்கர். தனிமனித நிலையில் இருந்து வரலாற்று நிலைக்கு விரிவடையும் இந்த நிலை அனைவராலும் இயலக்கூடியதல்ல.

தடைகள், எதிர்ப்புகள், இழிவுகள், அவமதிப்புகள் எனத் தொடரும் சமூகப் பழிவாங்குதல்களை உயர்வுற்ற மனங்களால் மட்டுமே கடந்து எழமுடியும். அப்படிப்பட்ட தனிமனிதர்களின் தலைமை ஒரு இயக்கமாக, வரலாறாக, சமூகச் சக்தியாக தன்னை மாற்றிக் கொள்ளும். அத்தலைமை, அந்த ஆளுமை தன் தனிவாழ்வு கடந்த நிலையை அடைவதற்கான பாடுகள் அதிகம். அதற்கான ஆற்றல் உடைய தனிமனிதர்களின் வாழ்வை விடுதலைக்கான இலக்கியங்கள் ஏற்றுக் கொண்டாடும்.

ஒடுக்கப்பட்ட மக்களின் அரசியல் ஒதுக்கப்பட்ட அரசியலாக உள்ள ஒரு சமூகத்தில் அதன் தலைமையாக அதன் அடையாளமாக இருப்பது அதிகாரத்தை நுகர்வதல்ல, போராட்டங்களால் பிழிந்தெடுக்கப்படுவது. அந்த வலிகள் பாடுகள் அனைத்தையும் அத்தலைமை தன் மக்களின் முகத்தைக் காணும் தோறும் மறந்துவிட்டு முன்சென்று கொண்டே இருக்கிறது. தொல். திருமாவளவன் என்ற தமிழ்த் தலைமை தன்னை இவ்வாறாகத்தான் வரலாற்று வடிவமாக மாற்றிக் கொண்டுள்ளது.

1990களில் மக்கள் திரளைத் தன்வயப்படுத்திய தலைவரின் பேச்சுகளைக் கேட்டவர்களுக்குத் தெரியும் அலங்காரம், அணி என எதுவும் அற்ற உண்மைகளை மட்டுமே உரத்துச் சொல்லும் குரல். அண்ணலின் ஆய்வுகள், நெறிகள் முழுமையாக உட்பொதிந்த வரலாற்றைக் கேள்வி கேட்கும் வாக்குகளாக அவை அமைந்தன.

மார்க்சியம், பெரியாரியம், இனவிடுதலை, மொழியுரிமை, உலக அரசியல், பெண்ணிய அரசியல், மண்காக்கும் அரசியல் அனைத்தும் இணைந்த பேருரைகளாக அவை பெருகின. அதற்குப் பிறகான ஒவ்வொரு கட்டத்திலும் அனைத்து விதமான மாற்று அரசியலையும் ஆதிக்கம் மறுக்கும் மாற்று வரலாற்றையும் விளிம்பு நிலை அரசியலையும் உள்ளடக்கி விரிவடைந்த

கருத்தியல் கற்பித்தல்களாக அவை மாறியமைந்தன. திரைப்பட பிம்பங்களையும் தலைமை வழிபாட்டையும் மட்டுமே அரசியல் மன அமைப்பாகக் கொண்ட தமிழ்ச் சமூகத்தில் ஒரு கருத்தியல் தலைமையாக, அறிவுப் பண்பாட்டை முதன்மைப்படுத்தும் வழிகாட்டியாக அவர் இயங்கிக் கொண்டிருக்கிறார். குலசாமி எனக் கொண்டாடும் எளிய அன்பிலிருந்து மாற்று அரசியலின் மதிப்பு மிக்க குரல் என்று பெருமைகொள்ளும் செயல்பாட்டுக் களம் வரை அவருடைய அடையாளம் பன்முகப்பட்டது. தனக்கென்று உள்ளார்ந்து இருக்கும் வரலாற்றுச் சீற்றத்தைத் தன்னுள் அடக்கி மாற்றங்களை நோக்கிச் செல்வோம் என அனைவரையும் அழைக்கும் அறத்தைத் தன் வடிவமாக்கி இருக்கிறார். தனது ஒவ்வொரு நொடியையும் வரலாற்றின் காலமாக மாற்றிக் கொண்டே இருக்கிறார்.

அம்பேத்கர் காலத்தைவிட பலமடங்கு அரசியல் சிக்கல் கொண்ட ஒரு காலகட்டத்தில், சனாதன, சாதியச் சக்திகள் உலக முதலாளிகளால் ஊட்டம் பெற்று வன்கொடுமைகளை நிகழ்த்தும் அவலங்களுக்கிடையில், இந்துத்துவ பாசிச அரசியல் பெருவடிவம் கொண்டு ஆதிக்கம் செலுத்தும் ஒரு வரலாற்றுப் பகுதியில் நின்று மக்களுக்கான விடுதலைக் குரலை, மனித உரிமைகளுக்கான கோரிக்கைகளை அவர் முன்வைத்துக் கொண்டே இருக்கிறார்.

அவர் குரல் இன்று இந்திய அரசியல் களத்தை நிறைத்துள்ளது. மாற்றத்தை விரும்பும், மனித விழுமியங்களை நேசிக்கும் அனைவரது குரலாகவும் இன்று அது ஒலித்துக் கொண்டிருக்கிறது. சனாதனப் பாசிசத்தை அதன் அத்தனை வடிவங்களிலும் எதிர்க்கும் ஒரே குரலாக பாராளுமன்றத்தில் இவரது குரல் ஒலித்துக்கொண்டிருக்கிறது. ஆதிவாசிகள் உரிமை, சிறுபான்மை மக்கள் உரிமை, பெண்ணுரிமை, மொழியுரிமை, மண்ணுரிமை, மக்கள் கல்வி, அறிவுச் சுதந்திரம் என அனைத்தைப் பற்றியுமான அவரது குரல் உலக அறிஞர்களின் குரலை தன்னுள் அடக்கி ஒலித்துக் கொண்டிருக்கிறது. அதற்கான உழைப்பும் உள்ளாற்றலும் அவருடைய கொள்கைப் பற்றினால், தன்னளிப்பால் அமைந்தவை.

அந்தத் தன்னளிப்பை அவருக்கு இயல்பானதாக மாற்றியது தம் மக்கள் மீதான அவரது பேரன்பு. எமது இளைஞர்கள் இன்று அறிவுச் செருக்கும் அறத்துணிவும் உள்ளவர்களாக உருவாவதற்கும் வளர்வதற்கும் அடிப்படை ஆற்றலை அளிக்கிறது அவரது பெயர். அதிகாரம் வெல்வோம் என்ற படிநிலையில் இன்று அறிவின்

வழியான அதிகாரத்தை, அறம்வழியான முதன்மையை அவர் நம் மக்களுக்குப் பெற்றுத் தந்திருக்கிறார். இத்தகைய தலைமை தமிழகத்தில் அமையாமல்தான் ஒரு நூற்றாண்டு அடையாளத்தை இழந்து நின்றது விடுதலைக்கான மக்களின் அரசியல். இந்த நூற்றாண்டில் அது நம் தலைமையால் மாற்றப்பட்டுள்ளது.

சாதி காக்கும் தமிழர்களால் புறமாக வைக்கப்படும் நம் தலைமை சாதியற்ற தமிழகத்தின் அடையாளம் மட்டுமில்லை, அதுவே அடிப்படை. வரலாறு இது போன்ற தலைவர்களை அவ்வப்போது அளிக்கிறது, அவர்கள் வரலாற்றை மாற்றி நமக்கு அளிக்கிறார்கள். "மனதைக் கட்டமைப்பதில், மனத்தை இயங்கவைப்பதில், மனதோடு தொடர்புடைய சுற்றுச்சூழல்கள் பெரும்பங்கு வகிக்கின்றன" என்பது உண்மையே அந்தச் சுற்றுச் சூழலை பிறருக்கு உருவாக்கித் தர, அடங்கச் சொல்லும் சூழலை மாற்றியமைத்து மக்களுக்கு வழங்க வரலாற்று ஆளுமைகள் தேவைப்படுகிறார்கள். மாற்றங்களை நேசிக்கும் இலக்கியத்தின் மொழி இவர்களுக்காகக் காத்திருக்கிறது.

தலைமுறைகளைக் காக்க தமிழ் அறிவை மீட்க

"சனநாயகத்தை நிலைநாட்டுவதற்கான அத்தனை போராட்டங்களும் சாதி ஒழிப்புப் போராட்டங்கள்தான்; சுதந்திரத்தை வென்றெடுப்பதற்கான அத்தனை போராட்டங்களும் சாதி ஒழிப்புப் பேராட்டங்கள்தான்; சகோதரத்துவத்தை நிலைநாட்டுவதற்கான அனைத்து போராட்டங்களும் சாதி ஒழிப்புப் போராட்டங்கள்தான்; சமத்துவக் கோட்பாட்டைப் பரப்புகிற களத்தில் நாம் சந்தித்த ஒவ்வொரு சவாலும் சாதி ஒழிப்புக்கான சவால்தான்." (தொல். திருமாவளவன்)

1

நேற்றுதான் நிகழ்ந்தது போல உள்ளது அந்த நிகழ்ச்சி. தமிழ்ச் சமூகத்திற்குச் சமத்துவ அரசியலையும் சாதி ஒழிப்பு இயக்கத்தையும் அறிமுகப்படுத்தி அதற்கான முன்னோடிச் சிந்தனைகளை அளித்த ஆதிதிராவிடர் இயக்கம், பூர்வ பௌத்த இயக்கம் இரண்டும் 'திராவிட இயக்கத்திலும்' பொதுவுடைமை இயக்கத்திலும், தேசிய இயக்கத்திலும் கரைந்தும், கலந்தும், மறைந்தும் போயிருந்த பல பத்தாண்டுகளின் வரலாற்று இருள் விடியப் போகிறது என்பதை முன்னுரைத்தபடி அந்த ஒற்றை விண்மீன் உதித்த நிகழ்ச்சி. பஞ்ச சீலம் போல ஐந்து அரசியல் கொள்கைகளைச் சுட்டும் ஒரு வெண் கதிர் நீலத்தையும் சிவப்பையும் இணைத்து நீதியையும் சமத்துவத்தையும் பிணைத்து ஒளிரத் தொடங்கிய அந்த நிகழ்ச்சி. தலித் சிறுத்தைகள் இயக்கம் 1990இல் விடுதலைச் சிறுத்தைகள் இயக்கமாக மாறிய அந்தப் பெருநிகழ்ச்சி. அடங்க மறு! அத்து மீறு! திமிறி எழு! திருப்பி அடி! என்ற அந்தக் குரல் ஒலிக்கத் தொடங்கியதும் நேற்று நடந்தது போலத்தான் உள்ளது. ஆனால் இந்த இடைப்பட்ட காலத்தில்தான் எத்தனை மாற்றங்களை அது

நிகழ்த்திவிட்டது! அந்த இடைப்பட்ட காலம்தான் எத்தனை கடுமையும் சிக்கலும் நிறைந்ததாக இருந்தது.

சாதியொழிப்பும், சனாதன அழிப்பும் இன்றி இந்திய விடுதலை அரசியல் உருவாக முடியாது, அது உலக அரசியலுடன் இணைய முடியாது என்பதை முதலில் அறிவித்த அயோத்திதாசருக்குப் பின் வந்த சுயமரியாதை, பகுத்தறிவு, திராவிட அரசியலின் சனநாயக முன்னெடுப்புகளும் அதற்கான வேலைத் திட்டங்களும் வரலாற்றில் ஆக்கம் நிறைந்த பங்களிப்பைச் செய்துள்ளன. பெரியாரியத்தின் சமூக நீதி, சமத்துவக் கொள்கைகள் தமிழ் அடையாளத்தையும் அரசியல் சூழலையும் மாற்றியமைத்ததும் நடப்பியல் மெய்யே. ஆனால் இவற்றின் உள்ளாக ஒரு போதாமை இருந்து கொண்டே இருந்தது.

இந்திய விடுதலை அரசியலுக்கும், சமத்துவ, சனநாயக அமைப்புக்குமான கோட்பாடுகளையும், ஆய்வுகளையும் மட்டுமின்றி திட்டங்களையும் வகுத்தளித்த அண்ணல் அம்பேத்கரின் இருப்பு தேசிய அளவில் மறுக்கப்பட்டு, மறைக்கப்பட்டு இருந்ததை நாம் அறிவோம். அதனைவிடக் கூடுதலாக தமிழக அரசியலில் ஆதிதிராவிட அரசியலும், அயோத்திதாசர் கருத்தியலும் இருளுக்குள் புதைக்கப்பட்டிருந்தன. சாதியமும், மதவாதமும் மண்ணின் மக்களை விலக்கியும் ஒடுக்கியும் வைப்பதுடன் அதனை நியாயப்படுத்தவும் செய்கின்றன. அரசியல், பொருளாதார வளங்களைத் தம்வசப்படுத்திக் கொண்டு மண்ணின் மக்களுடைய வாழ்வை உருக்குலைக்கின்றன. கருத்தியலால் மட்டுமின்றி கருவிகளாலும் எதிர்த்தால்தான் அவற்றிலிருந்து விடுபட முடியும், ஒரு வகையில் அவற்றை அழிப்பது மட்டுமே விடுதலையைத் தரும். ஆனால் விடுதலை அரசியலையும், சாதி ஒழிப்பையும் ஏற்றுக் கொண்டவர்கள் மண்ணின் மக்களையும் அவர்களின் அரசியலையும் தலைமையையும் தமக்கு உள்ளடக்கி வைத்துக்கொள்ள முயல்வது கருணையின் தோற்றம் கொண்ட வன்முறை, இதனை எதிர்ப்பதும் மாற்றுவதும் சற்றுக் கடினமான பணி, சிக்கலானதும் கூட.

அப்படி ஒரு கடினமான காலகட்டத்தில்தான் விடுதலைச் சிறுத்தைகள் இயக்கம் உருப்பெற்றது, அப்படி ஒரு சிக்கலான பணியைத்தான் விடுதலைச் சிறுத்தைகள் கட்சி ஏற்றுக் கொண்டது. சாதிக் கட்சி என்றும், சாதித் தலைமை என்றும் வன்மத்துடன் அடையாளப்படுத்தப்பட்ட போதும் தமிழ்ச் சமூக உரிமைகளுக்கும்,

சாதிமறுத்த சனநாயக அரசியலுக்கும் தன்னை அது ஒப்புக் கொடுத்தது. அநீதிகளுக்கு அடங்க மறு! அரசியல் ஒடுக்குமுறைக்கு அத்து மீறு! சனாதனக் கட்டுகளில் இருந்து திமிறி எழு! அழிக்க நெருங்கும் ஆதிக்கச் சக்திகளைத் திருப்பி அடி! எனப் பாசிச பிற்போக்கு அடக்குமுறைகளுக்கு எதிராக 'அமைப்பாய்த் திரளும்' வழி காட்டுதலைத் தந்தது.

தமிழ் அடையாளம், தமிழ்த் தேசியம், தமிழர் பண்பாடு என உருவாக்கப்பட்ட ஒவ்வொன்றிலும் சாதியச் சிக்கல் இருக்கிறது. சாதிச் சமத்துவத்தை ஏற்றுக் கொண்டவர்கள் சாதி ஒழிப்பை மறைத்து விடுவதும், தமிழராக ஒன்றிணைவோம் என்பவர்கள் சாதித் தமிழ் அடையாளத்தை முன்வைத்து ஆதித் தமிழர் அடையாளத்தை உருக்குலைப்பதும் தமிழக அரசியலின் நடப்பியல் அவலங்கள். பெரியாரியத்திற்குள் தலித் விடுதலையும் சாதி ஒழிப்பும் அடங்கிவிடும் எனச் சொல்லி அம்பேத்கரிய அறிவையும், அயோத்திதாசர் கருத்தியலையும் உருமறைப்பது சாதிய உளவியலின் நவீன வடிவம். பொதுவுடைமை இயக்கங்களும் இந்த உள்ளடக்கும் சிக்கலில் இருந்து வெளி வரமுடியாமல் தொடர்வது கருத்தியல் நசிவு.

பெரியாரின் செயல்பாடுகள் வெளிப்படையாக சூத்திர சாதிகளின் விடுதலைக்கானவை என அறிவிக்கப்பட்டவை. அம்பேத்கரை ஒடுக்கப்பட்ட மக்களின் தலைவர் என அடையாளம் காட்டிய பெரியார், சனாதனத்திற்கு எதிரான கருத்தியல்களை அவரிடமிருந்து பெற்றுக் கொண்டார், அதனை அவர் அறிவிக்கவும் செய்தார். அது சமூகநீதிக்கான நியாயத்தை வழங்கினாலும் ஒடுக்கப்பட்டோர் அரசியலுக்கும், விடுதலைக்கும் பெரும் பின்னடைவாக இருந்தது. இடைநிலைச்சாதிகளும் பிராமணிய சக்திகளும் அமைத்துக் கொண்ட கூட்டணியில் தலித் அரசியல் புறந்தள்ளப் பட்டதாக இருந்தது, அமைப்பாய்த் திரளவும் அதிகாரம் பெறவும் இயலாத நிலையை அது உருவாக்கியது. இவை எல்லாம் கடந்து விடுதலைக்கான போராட்டம் பன்முகப்பட்டது, பல படிநிலைகளைக் கொண்டது என்ற புரிதலுடன் மார்க்சியத்தையும், பெரியாரியத்தையும் தன்வயப்படுத்திய அம்பேத்கரிய அமைப்பை உருவாக்கிய ஒரு அரிதான தலைமையை வரலாறு அறிமுகப்படுத்திக் கொண்ட நிகழ்ச்சியும் நேற்றுதான் நிகழ்ந்தது போல உள்ளது, ஆனால் அது இன்று தமிழக அரசியலை வழிநடத்தும் கருத்தியல் தலைமையாக,

சனநாயகத்தைக் காக்கும் செயல் திட்டத் தலைமையாகப் பெருகி நிறைந்திருக்கிறது.

இது பெரியார் மண் எனப் பெருமையாக அறிவித்து, இந்த மண்ணில் சனாதன, மதவாத சக்திகளை ஆதிக்கம் பெற விடமாட்டோம் எனச் செயல் உத்திகளை வகுத்து இந்திய அரசியலைப் பாசிசச் சக்திகளிடமிருந்தும், மதவெறி அதிகாரத்திலிருந்தும் விடுவிப்பதற்கான ஒரு முன்னோட்டத்தைத் தமிழகத் தேர்தல் வழி நிகழ்த்தியிருக்கிறது. பெருமிதத்துடன் "சிறுத்தைகளின் மகத்தான வரலாற்றுச் சாதனை" எனத் தலைவர் அறிவித்துள்ள அந்நிகழ்வு அரசியல், ஆட்சிக் களத்தில் மட்டுமின்றி கருத்தியல், சமூக உளவியல், பண்பாட்டுக் களங்களிலும் விரிவான அர்த்தங்களைக் கொண்டது, தாக்கங்களை உருவாக்கக் கூடியது.

2

பாராளுமன்றத்தில் முதல் முறை தலைவர் இடம் பெற்றபோது (2009-2014) தேசிய அரசியலில் அதுவரை ஒலிக்காத ஒரு தலைமைக் குரலைப் பலரும் கேட்டனர். முற்போக்கு அரசியலின் அனைத்துக் கோரிக்கைகளையும் ஒரு 'தலித் இயக்கத்' தலைவர் முன்மொழிந்ததைக் கேட்டு வியப்படைந்திருந்தவர்கள் இடதுசாரி அரசியலும் விலக்கி வைத்த விளிம்புநிலை அரசியலையும் சுற்றுச் சூழல், ஆதிகுடி அரசியலையும், பெண்ணிய அரசியலையும், நுண் அரசியலையும் கேட்டுக் குழப்பமடைந்தார்கள். அத்துடன் தமிழ்த் தேசியம், தன்னாட்சி, ஈழ விடுதலை பற்றிய அவரது நிலைப்பாட்டை பலரால் புரிந்துகொள்ள முடியவில்லை.

பெரியாரியத்தையும் மார்க்சியத்தையும் ஒரு அம்பேத்கரியராக இருந்து அவர் விளக்கிய முறைகளும் பிற மொழியாளர்களுக்கு வியப்பைத் தந்தது. இது போன்ற ஒரு அரசியல் இயக்கமும் இது போன்ற தலைமையும் தமிழகத்தில் உள்ளதா என்பது பற்றிய பேச்சுகளும் இருந்தன. அதற்கு முன்பே இந்துத்துவத்திற்கு எதிரான தலைவரின் குரலை ஆங்கில மொழிபெயர்ப்பில் (2003, 2004) அறிந்திருந்த அறிவுத்துறையினர் அவர் நேரடியாக களத்திலும் மக்களின் வாழ்விலும் பிணைந்துள்ள ஒரு தலைவர் என்பதுடன் ஓயாத போராட்ட அரசியலைத் தன் வாழ்வாகக் கொண்டவர் என அறிந்த போது தற்கால அரசியலில் இது போன்ற ஆளுமை அமைவது அரிது என்றும் பேசிக் கொண்டனர்.

இவை அனைத்துக்குள்ளும் அவரை நேசித்த மக்களும், அவர் வழி காட்டுதலை ஏற்று நடக்கும் அறிவார்ந்த துணைவர்களும் இடம்பெற்றிருக்கிறார்கள் என்பதுதான் நம் கவனத்தில் கொள்ள வேண்டியது. தலைமையின் பெருமிதம் தனி மனிதருக்கானதல்ல என்பதை விடுதலைக்கான அரசியலை அறிந்த அனைவரும் ஒப்புக் கொள்வார்கள்.

இரண்டாவது முறை பொதுச்செயலாளர் முனைவர் து.ரவிக்குமார் அவர்களுடன் பாராளுமன்றத்திற்குச் (2019) சென்ற முதல் நாளிலிருந்து விடுதலைச் சிறுத்தைகளின் குரல் தமிழக அரசியலுக்காக மட்டுமின்றி முழு இந்திய அரசியலுக்காகவும் ஒலிக்கத் தொடங்கிய போது சனாதனம் ஒழித்து, சமத்துவத்தையும் சமூக நீதியையும் சனநாயகத்தையும் காப்பதற்கான செயல்திட்டமும் அதற்கான நுட்பமும் செயல்படத் தொடங்கியது. அதன் அடுத்த கட்டமாக அமைந்ததுதான் தற்போதைய சட்டமன்றத் தேர்தல் (2021).

இதனைத் தலைவரின் மொழியில் சொல்வதென்றால் “சனாதன சக்திகளைத் தமிழ் மண்ணில் காலூன்றவிடாமல் விரட்டியடிக்க, சமூக நீதி மண்ணான இந்த மண்ணைத் தொடர்ந்து தக்க வைக்க, தந்தை பெரியாரால் பண்படுத்தப்பட்டு, பேரறிஞர் அண்ணாவால் செழுமைப்படுத்தப்பட்டு, முத்தமிழறிஞர் கலைஞரால் பாதுகாக்கபட்ட இந்த மண்ணை சாதி வெறியர்களும், மதவெறியர்களும் ஆக்கிரமித்துக் கொள்ளக் கூடாது” என்பதற்கான தேர்தலாக மாற்றியமைத்ததுதான் “சிறுத்தைகளின் மகத்தான வரலாற்றுச் சாதனை” என்பதை வரலாறு பதிவு செய்யும். இதனைத் தொடர்ந்து நினைவூட்டிக் கொண்டே இருப்பதற்கான குரலாக தற்போது சட்டமன்றம் சென்றுள்ள ம.சிந்தனைச் செல்வன், முகமது ஷா நவாஸ், பனையூர் பாபு, எஸ்.எஸ். பாலாஜி ஆகிய நான்கு தோழர்களும் ஒலிப்பார்கள் என்பதைப் பொதுச் செயலாளர், களம் நீங்காத போராளி ம.சிந்தனைச் செல்வன் ஆற்றிய தொடக்க உரை உறுதி செய்தது. பௌத்தத்தையும், அயோத்திதாசரையும் கொண்ட தமிழ் அடையாளத்தின் வழி விடுதலை அரசியலைப் பதிவு செய்த நுட்பம் வரலாற்றுப் பெருமதி கொண்டது.

அரசியலமைப்புச் சட்டப் பாதுகாப்பு மாநாடு (2016, 2018) என்பதில் தொடங்கி, மாநில சுயாட்சி மாநாடு (2017), தேசம் காப்போம் மாநாடு (2019) தேசம் காப்போம் பெரும் பேரணி

(2020) என விரிவுபடுத்தி மதவாத எதிர்ப்புக்கான தேர்தல் கூட்டணியினை முன்மொழிந்து உறுதிப்படுத்திய வகையில் முன்னோடியாகவும் அயராத கொள்கைச் செயல்பாடுகளால் தமிழ்ச் சமூகத்தை உள்ளார்ந்து மாற்றியமைத்துக் கொண்டிருக்கும் விடுதலைச் சிறுத்தைகள் கட்சிக்கு உரிய இடம் கிடைக்கவில்லை என்பது ஒப்புக் கொள்ளப்பட்ட வருத்தம் என்றாலும் அதனை மீறிய வரலாற்றுக் கடமையையும் தமிழக அரசியலைக் காக்கும் பணியையும் மேற்கொண்டதில் பெருமிதம் கொண்டது விடுதலைச் சிறுத்தைகள் கட்சி என்பதை வருங்காலத் தலைமுறை நன்றியுடன் நினைவு கொள்ளும்.

3

நேற்றுதான் நிகழ்ந்தது போல உள்ளது அந்த நிகழ்ச்சி ஆனால் அது தமிழ்ச் சூழலின் இயங்கு முறையை எப்படியெல்லாம் மாற்றியிருக்கிறது. அடையாளம் மறுக்கப்பட்ட மக்களுக்கு அடையாளம் வழங்கியதில் தொடங்கி, அமைப்பாகத் திரளத் தயங்கிய சமூகத்தை அமைப்பாக்கியதில் தொடர்ந்து, மறுக்க முடியாத, விலக்க முடியாத தமிழ் அறிவின், அரசியலின் குரலாக அது மாறியுள்ளது. இலக்கியத்தில், திரைப்படத்தில், அரங்குகளில், அறிவார்த்த களங்களில் இன்று சாதி மறுப்பும், சமத்துவமும் புதிய வடிவில் ஒலிப்பதற்கான முழு சக்தியையும் அளித்துள்ளது விடுதலைச் சிறுத்தைகளின் இருப்பும் இயக்கமும். சனாதனமும், வைதீகமும் மக்களை அழித்துக் கொண்டிருந்த ஒரு காலத்தில் புதிய அறத்தை, அறிவை வழங்கிய பௌத்தம் ஆற்றிய அதே பங்கை நவீன தமிழ் அரசியலில் விடுதலைச் சிறுத்தைகள் கட்சி அளித்துக் கொண்டுள்ளது. ஒடுக்கப்பட்ட மக்கள் என்ற அடையாளத்தை விடுதலைக்கான மக்களின் அடையாளமாக மாற்றியதன் வழி அறிவார்ந்த ஒரு தமிழ் அடையாளத்தையும் அது வழங்குகிறது.

"தேர்தலுக்காக மட்டுமா நாம் கட்சியைத் தொடங்கினோம்? தேர்தல் களம் என்பது அவ்வப்போது வந்து போகிற ஒரு விளையாட்டுக் களம் அவ்வளவுதான். ஆனால், தொடர்ந்து நாம் நிற்கவேண்டிய களம் கருத்தியல் களம், சமத்துவத்திற்கான களம். சமத்துவத்தை வென்றெடுக்க வேண்டுமானால் சமூகநீதியை வென்றெடுத்தாக வேண்டும், வென்றெடுக்கப்பட்ட சமூகநீதியைப் பாதுகாக்க வேண்டும். சமூகநீதி என்பது வெறும் இடஒதுக்கீடு என்கிற

அடிப்படையில் பார்க்கக் கூடிய ஒன்றல்ல. சமூகநீதி என்பது சமத்துவத்திற்கான ஒரு வழிமுறை. சமத்துவம் என்கிற இலக்கை எட்டுவதற்கான ஒரு பாதை சமூக நீதி. ஆகவே சமூகநீதியைச் சிதைப்பதற்கு நாம் ஒரு போதும் அனுமதித்துவிடக் கூடாது. இந்தியாவிலேயே சமூக நீதி அரசியலை முன்னெடுக்கக்கூடிய வலிமை பெற்ற ஒரு மாநிலம் தமிழ்நாடு. இதை இந்திய அளவில் பரப்பி மக்களிடையே ஒரு விழிப்புணர்வை ஏற்படுத்திய மக்கள் தமிழ் மக்கள். அதற்கான களத்தைப் பெரியார் காலத்திலிருந்து வலுவாக அமைத்து அதை நாம் தக்கவைத்துக் கொண்டிருக்கிறோம், பாதுகாத்துக் கொண்டிருக்கிறோம்" என அறிவார்ந்த தமிழின், அறம் சார்ந்த அரசியலின் அடையாளத்தைத் தெளிவாக வரையறுக்கும் ஆற்றலும் தெளிவும் கொண்ட இயக்கமும் தலைமையும் ஆட்சியைக் கடந்து, எண்ணிக்கையைக் கடந்து தமிழர்களின் எதிர்காலத்தை வழிநடத்தும் என்பதைப் புரிந்து கொள்ளாமல் இனி தமிழ்ச் சமூகம் தன்னைக் காத்துக் கொள்ள முடியாது. இந்தப் புரிதலை உருவாக்கித் தரும் கருத்தியல் களமும், கருத்தியல் தலைமையும் இதுவரையிலான திராவிட அரசியலையும், சமத்துவ அரசியலையும் மறுவரையறை செய்திருக்கிறது, அதனை உடனிருந்து வழிநடத்தவும் உள்ளது. அதற்கான உழைப்பும், தன்னளிப்பும் பலநூற்றாண்டுகளுக்கு நினைவு கொள்ளப்படும். "சனநாயகத்தை நிலைநாட்டுவதற்கான அத்தனை போராட்டங்களும் சாதி ஒழிப்புப் போராட்டங்கள்தான்" என்பதன் வழி சாதி ஒழிப்பு இன்றி சனநாயகமும் சமத்துவமும் இல்லை என்பதை ஒவ்வொரு சொல்லிலும் செயலிலும் உணர்த்திக் கொண்டிருக்கும் தலைமையின் பாதை எத்தனை கடுமையும் சிக்கலும் நிறைந்ததாக இருந்தது என்பதும் இனி வரும் தலைமுறைகளின் அரசியல் பேச்சாகத் தொடரும்.

வரலாற்றைத் திருத்தியெழுதுதலும் அடங்க மறுத்தலின் தொடக்கமும்

அயோத்திதாசர் தன் விடுதலைப் போராட்ட வாழ்வைத் தொடங்கிய, விடுதலைக்கான சிந்தனைகளை உருவாக்கிய அக்காலகட்டத்தில் சமூக-அரசியல் பற்றிய உலகச் சிந்தனைகள் மிகக்கடுமையான சிக்கல்களை எதிர்கொண்டிருந்தன. மக்களுக்கான அரசியல், மக்களை மையமாகக் கொண்ட அரசியல், மக்கள் விடுதலைக்கான அரசியல், மக்கள் நலம் சார்ந்த அரசியல் என்ற கருத்துகள் உருவாகியிருந்ததுடன் புதிய அரசியல்-பொருளாதாரம் மற்றும் இயங்கியல் பொருள்முதல் வாதத்தை அடிப்படையாகக் கொண்ட புரட்சிகர அரசியலும் உலக அளவில் பரவிக்கொண்டிருந்தது. சுதந்திரம், சமத்துவம், சகோதரத்துவம் என்ற மதிப்பீடுகளை அடிப்படையாகக் கொண்ட புதிய அரசியல் கருத்தியல்கள் அதுவரை இருந்துவந்த மனித சமூக-அரசியல் அமைப்புகளை வன்முறையானவை, அடக்குமுறை கொண்டவை, அறமற்றவை என்று விளக்கி அவற்றை மாற்றுவதுதான் விடுதலைக்கான வழி என்று நிறுவி வந்தன. அனைத்தும் இயல்பாக, பொதுத் தன்மையுடன், மாற்ற இயலாத விதிகளின் அடிப்படையில், ஒரு முழுமைத் தன்மையுடன் நிகழ்ந்து கொண்டுள்ளன என்ற நம்பிக்கைத் தகர்க்கப்பட்டு மாற்றம் இயல்பானது, மனிதர்களால் உருவாக்கப்பட்ட அமைப்பை மனிதர்கள் மாற்றி அமைக்கமுடியும் என்ற அறிவும் நம்பிக்கையும் பரவிக்கொண்டிருந்த காலம் அது. ஆனால் மாற்றங்களை யார் நிகழ்த்துவது அவை எங்கிருந்து தொடங்கும் அந்த மாற்றம் எந்த வடிவில் அமையும் என்பதைப் பற்றிய குழப்பங்களும் சிக்கல்களும் நிலவி வந்தன. பத்தொன்பதாம் நூற்றாண்டின் பிற்பகுதியும் இருபதாம் நூற்றாண்டின் முற்பகுதியுமாக அமைந்த

அந்தக் காலகட்டம் நவீன மாறுதல்களின் மோதல்கள் மற்றும் முரண்களால் நிரம்பியது.

பொதுவான ஒரு பார்வையில் அயோத்திதாசர் வாழ்ந்த காலத்தை நவீன வரலாற்றின் 'புரட்சிகளின் காலகட்டம்' என்று கூறலாம். ஆனால் அதுவரை உருவாகியிருந்தது அரசுகளின் மாற்றமே தவிர அரசியல் மாற்றமல்ல; தேசிய அரசுகளும் காலனிய ஆட்சிகளும் ஏகாதிபத்தியப் பேரரசுகளும் உருவாகியிருந்த அதே காலகட்டத்தில் தேசியமும் தேசபக்தி இயக்கங்களும் உருவாகியிருந்தன. புரட்சிக்கான அமைப்புகளும் கருத்தியல்களும் களங்களும் அமைந்திருந்தனவே தவிர புரட்சிகர சமூகமோ விடுதலை பெற்ற சமூக அமைப்போ உருவாகியிருக்கவில்லை. அன்று உருவாகியிருந்த அரசியல் மாற்றத்தில் மிகவும் குறிப்பிடத்தக்கது குடிமைச் சமூகம் சார்ந்த சட்டம் மற்றும் நீதி அமைப்புகள், உள்ளாட்சி நிர்வாக அமைப்புகள் மட்டுமே. தொழிற்சங்க அமைப்புகள், தொழிலாளர் ஒன்றியங்கள் தம் அடிப்படை உரிமைகளுக்காகப் போராடும் நிலையில் இருந்தன, அடக்குமுறைகளை எதிர்த்துக் குரல் கொடுத்து வந்தன. மக்கள் புரட்சி, சமத்துவப் பொருளாதாரம், பாட்டாளி வர்க்க அரசு என்ற எதுவும் தம்மை நடைமுறையில் நிறுவிக்கொள்ளவில்லை அதாவது மார்க்சிய அரசியல் பொருளாதாரப் புரட்சி ஒரு கருத்தாகவும் கனவாகவும் மட்டுமே அப்போது இருந்தது. இந்தியாவில் நிலவிவந்த காலனிய ஆட்சி இந்திய மக்களை ஆளப்படும் மக்கள் கூட்டமாக அல்லது மக்கள் சமூகமாக மாற்றியிருந்ததே தவிர 'குடிமக்கள்' என்ற உரிமையை அது உருவாக்கித்தரவில்லை. இந்தியச் சமூகங்களோ 'மக்கள் அரசு' என்ற கருத்தை விரும்பாத சாதி அதிகாரத்தைக் கொண்டாடும், முடியாட்சிக்குப் பணியும் மரபான சாதி-குடிமரபுச் சமூகங்களாக இருந்து வந்தன.

இவ்வாறான சிக்கலும் குழப்பமும் நிறைந்தகாலகட்டத்தில்தான் அயோத்திதாசர் தனக்கேயான புதிய சிந்தனைகளையும் விடுதலைக்கான கோட்பாடுகளையும் உருவாக்குகிறார். அவருக்கு வழிகாட்டியாக அமையக்கூடிய கருத்தியல்கள், சமூகக் கோட்பாடுகள் அன்று இல்லை என்பதையும் அவர் தனித்து நின்று தன் மக்களுக்கும் இந்தியச் சமூகத்திற்குமான விடுதலைக் கருத்தியலை, மாற்று அறவியலைக் கண்டறிந்தார் என்பதையும் புரிந்துகொண்டால் அவரது சிந்தனை உழைப்பு, அறிவுத் தேட்டம், ஆய்வு ஆற்றல், அறம் சார்ந்த வலிமை பற்றிய வியப்பு நம்மில்

பெருகும். வர்க்க முரண், வர்க்கப்போராட்டம், தேசிய விடுதலை, அறிவியல் சிந்தனைகள், மனித சமத்துவம் என்ற கருத்துகள் பரவி வளர்ந்த அளவுக்கு இந்தியச் சமூகத்தின் சாதி அதிகாரம், தீண்டாமை வன்கொடுமை, பார்ப்பன வைதிக மேலாதிக்கம், உள்ளடங்கிய அடிமைமுறை பற்றிய அறிவோ ஆய்வுகளோ அப்போது இல்லை. இந்தியச் சமூகங்களுக்கான விடுதலை, இம்மண்ணுக்கான சமூக மாற்றம் எங்கிருந்து தொடங்க வேண்டும், அந்த மாற்றத்தை யார் முன்னெடுக்க வேண்டும் என்பது பற்றிய உரையாடல்களோ தேடல்களோ அன்று உருவாகியிருக்கவில்லை.

சுதேசி இயக்கம், பொதுவுடைமை இயக்கம், பகுத்தறிவு இயக்கம் என்ற மூன்று தளங்களில் சமூக மாற்றம் பற்றியச் சிந்தனைகள் விவாதிக்கப்பட்டு வந்தன. இந்த மூன்று தளங்களிலும் கவனிப்பு பெறாத ஒரு அடிப்படையான பகுதியை ஆய்வுக்கு உள்ளாக்கிய அயோத்திதாசர் தனக்கு முழுமையான வழிகாட்டியாக, முன்னோடியாக அமையக்கூடிய தத்துவங்கள் இன்றியே இந்தியச் சமூகங்களின் பெருங்கேடுகள் எவை இந்தியச் சமூகத்திலிருந்து நீக்கப்படவேண்டிய தீமைகள் எவை விடுதலையின் பாதை எது என்பதைக் கண்டறிந்து விளக்கினார். "மனுக்களை *(மனிதர்களை)* மனுக்களாக நேசிக்காத தேசம் மகிழ்ச்சியும் புகழ்ச்சியும் பெறுமோ முக்காலும் பெறாவென்பது திண்ணம். அதாவது ஓர் மனிதன் தன்னைத்தானே பெரிய சாதியோனென உயர்த்திக்கொண்டு கர்வத்தினாலும் தம்மையொத்த மனிதனை மனிதனாக நேசிக்காத பொறாமையாலும் தமது முன்னோர்களாகியப் பெரியோர்களை *(பூர்வ பௌத்தர்கள்)* தங்கள் பகையாலும் அறிவின்மையாலும் மக்களுள் மக்களை நேசிக்காது புறம்பாக்கி வருகிறார்கள். *(அதனால்)* தென்னிந்தியாவோ சீரும் சிறப்பும் குன்றி அவன் சின்னசாதி இவன் பெரியசாதியென்னும் துன்னாற்றங்களே பெருகிவருகின்றபடியால் ஒருவரைக் கண்டால் மற்றவர் சீறுகிறதும் ஒருவரைக் கண்டால் மற்றொருவர் முறுமுறுக்கிறதும், ஒருவரைக் கண்டால் மற்றொருவர் சினந்து குரைக்கிறதுமாகியச் செயல்களால் வித்தைகளுங்கெட்டு விவசாயங்களுங்கெட்டு வித்தையில் விருத்தி பெற்றவர்கள் அவ்வித்தையை மற்றவர்களுக்குக் கற்பிக்காமலும் விவசாய விருத்தியைக் கற்றவர்கள் அவ்விவசாய வித்தையை மற்றவர்களுக்குக் கற்பிக்காமலும் தாங்கள் சீரழிவதுடன் தங்கள் சந்ததியோரையும் சீரழியச் செய்து தேசத்தையும் பாழடையச் செய்தே வருகிறார்கள்." *(தமிழன்: ஏப்ரல் 9, 1913).* இந்தியச் சமூகத்தின் தனிப்பட்ட தீமையான சாதி ஆதிக்கம், தீண்டாமை

வன்கொடுமை, சமூக உறவுத் தடைகளில் இருந்துதான் அனைத்து கொடுமைகளும் தீமைகளும் தொடங்குகின்றன என்பதை விளக்கும் அயோத்திதாசரின் இந்த ஆய்வுக் கருத்து இந்திய அரசியல் மற்றும் சமூகப் புரட்சியின் தொடக்கப்புள்ளியை தெளிவாக விளக்கிவிடுகிறது. அயோத்திதாசரின் புரட்சி அறிவைப் பொதுவில் வைப்பதிலிருந்து தொடங்குகிறது. தேசத்தின் பாழ்பட்ட நிலைக்கான காரணங்களின் மூலக்கூறுகளைப் பகுத்து அடையாளம் காட்டிய அயோத்திதாசர் அதனால்தான் மற்ற புரட்சியாளர்களிடமிருந்து தனித்து நிற்கிறார்.

அவரது சிந்தனை முறையில் பல தாக்கங்களைப் பின்னாளில் ஏற்படுத்தியிருக்கக்கூடிய இரு நிகழ்வுகள் அயோத்திதாசர் வாழ்ந்திருந்தபோது நிகழ்ந்திருக்கவில்லை: ஒன்று முதலாம் உலகப்போர் (1914-18) மற்றது ரஷ்ய போல்ஷ்விக் புரட்சி (1917). வர்க்கங்கள் உருவாகி, வர்க்க முரண்கள் கூர்மையடைந்து, வர்க்க அடக்குமுறைகள் பெருகியிருந்த போதும் வர்க்கப் புரட்சிகள் நிகழ்வதற்கான அறிகுறிகள் தென்படாத ஒரு கால கட்டம் அது. "சுரண்டும் வர்க்கத்தினரிடையே கூட்டமைப்பாதல் எளிதில் நிகழ்தலைப்போலச் சுரண்டப்படும் வர்க்கத்தினரிடையே நிகழ்ந்து விடுவதில்லை." (அமைப்பாய்த் திரள்வோம், தொல்.திருமாவளவன்) என்ற வரலாற்று நடைமுறையின்படி சுரண்டும் வர்க்கங்கள் ஒன்று திரண்டு பலமடைந்த அளவுக்கும் முதலாளித்துவம் அரசியல் ராணுவ வகையில் வலிமையடைந்த அளவுக்கும் சுரண்டப்படும் வர்க்கங்கள் ஒன்று திரண்டு அமைப்பாகாத காலகட்டம் அது.

இருபது லட்சத்திற்கு மேலான மனித உயிர்களைப் பலிகொண்ட முதல் உலகப்போர் சுரண்டும் வர்க்கங்களுக்கிடையிலான ஆதிக்க, அதிகார, ஏகாதிபத்தியப் போட்டியின் ஒரு விளைவு. முதல் உலகப்போர் தொடங்குவதற்குச் சில மாதங்களுக்கு முன்பாக அயோத்திதாசர் மறைகிறார். ஆனால் நவீன போர்களின் பேரழிவைப் பற்றியும் அவற்றிற்கான காரணங்கள் பற்றியும் அவர் தெளிவாகச் சிந்தித்திருந்தார். அதனைத் தனக்கேயுரிய அறஅரசியல் பார்வையில் இவ்வாறு விளக்கினார், "தற்கால யுத்தங்களோ வென்னில் சிறு துப்பாக்கியை ஒருவன் ஏந்திச் சுட்டவுடன் ஓரிருவர் மரிப்பதும், பெருந்துப்பாக்கியை ஒருவன் ஏந்திச் சுட்டவுடன் எட்டுபேர் பத்துபேர் மரிப்பதும், பீரங்கியைக் கொண்டு சுட்டவுடன் ஐன்னூறு ஆயிரம்பேர் மரிப்பதும், மற்றும் பெரும் அவுட்டுகளையும் வெடிகுண்டுகளையும்

வைத்துச்சுட்டவுடன் ஆயிரம் இரண்டாயிரம் பேர் மரிப்பதும் விலாமுறிந்தும், கால்கை உடைந்தும், குடல்சரிந்தும், எடுத்துக் காப்போரின்றி குத்துயிரில் கொடுந் துன்புற்று தவிப்போருமாகியக் கோரங்களைக் கேட்கும் போதே மனம் பதறுங்கால் அவர்களைக் கண்ணினால் காணும் மக்கள் எவ்வகைக் கதறுவார்களோ விளங்கவில்லை. ஆடுகளைப் போலும் கோழிகளைப் போலும் தங்களை ஒத்த மக்களைக் கொண்டுபோய் மடியவைத்து மன்னர்கள் என்ன சந்தோஷத்துடன் இராட்சியம் ஆளப்போகிறார்களோ அதுவும் தெரியவில்லை. சருவசீவர்களும் தங்கள் உயிர்களைக் காப்பாற்றிக்கொள்ள முயல்வது அனுபவக் காட்சியாகும். இவற்றுள் சருவசீவர்களிலும் சிறந்தவர்கள் மக்களென்றறிந்தும் அவர்களுள் குடிப்படை, கூலிப்படையென வகுத்து அவர்களைக் கொண்டுபோய் வீணே மடித்துத் துன்புறச்செய்வதினும் அத்தகைய அரசாட்சியை இச்சியாமலிருப்பதே தன்மமன்றோ. கடவுளுண்டு, கடவுளுண்டு எனச் சொல்லித்திரிபவர்க்கு கருணையென்பது ஒன்றில்லாமல் போமாயின் உலகநீதி ஒழுங்குறுமோ, ஒருக்காலும் ஒழுங்குறாவாம்.

உன் கடவுள், என் கடவுளென்னும் வெறுஞ்செருக்கும், உன் மதம் என்மதமென்னும் மதச்செருக்குமே கருணையென்பதற்று, கோபவெறியேறி தாங்களே யாத்த வலையிலும் துக்கத்திலும் வாதைப்படுவதன்றி தன் குடிபடைகளையும் கூலிப்படைகளையும் கொண்டு போயழித்து மீளாத்துன்பத்தில் ஆழ்த்தி வருகிறார்கள். இதுவே தற்கால யுத்தங்கள் எனப்படும்." *(தமிழன்: நவம்பர் 27,1912).*

போர் மறுப்பு, அதிகார ஆதிக்க மறுப்பு, அரசாட்சிகளைத் தீமையென ஒதுக்கி மக்கள் மயமான சமூகங்களை உருவாக்கும் தத்துவப்பார்வை அனைத்தையும் உள்ளடக்கிய அயோத்திதாசரின் இந்தக் கருத்து பௌத்தத்தை அடிப்படையாகக் கொண்ட 'சத்தியதன்ம சீர்திருத்தம்' சார்ந்தது என அவரால் குறிப்பிடப்பட்டாலும் பின்னாளில் நிகழ்ந்த இரு உலகப்போர்களுக்குப் பின்புதான் நவீன சிந்தனை முறை தன் பார்வைக்கு எடுத்துக் கொண்டது. இந்தப் பேரழிவுகளுக்குக் காரணமாக அமையப் போகின்றவை என அயோத்திதாசர் அடையாளம் காட்டியுள்ளவை மிகுந்த கவனத்திற்குரியவை: இராட்சியம், ஆளுதல், உன் கடவுள் என் கடவுள், உன் மதம் என் மதம். இவை அரசுகள் (மனிதர்கள்) தாங்களே பின்னிக்கொண்ட வலைகள் தாங்களே உருவாக்கிக்கொண்ட துக்கங்கள்

என்ற விளக்கத்தின் வழியாகப் பின்னாளில் உருவான பல விடுதலைக் கருத்தியல்களுக்கும் ஆதிக்க எதிர்ப்பு அரசியலுக்கும் அடிப்படையான புரிதலை அளித்துவிடுகிறார்.

மக்கள் படைகள் அரசை உடைத்து புதிய ஒரு அரசியல் அமைப்பை உருவாக்க முடியும் என்பதற்கு முன்னோடியாக அமைந்திருந்தது ரஷ்யப்புரட்சி; அந்நிகழ்வு உலக அரசியலிலும் மக்கள் உளவியலிலும் உருவாக்கிய மாற்றங்களைக் கவனித்து விடுதலைக்கான மாற்று வழிகள் பற்றிய தன் கருத்தைப் பதிவு செய்யும் வாய்ப்பும் அயோத்திதாசருக்கு இல்லாமல் போனது. அவருடைய காலத்தில் இந்தியச் சமூகத்தில் உருவாகியிருந்ததோ தேசபக்தி மற்றும் தேசிய அரசியல் என்ற பார்ப்பன மைய சாதிய அரசியல் மட்டும்தான். ஆனால் அயோத்திதாசர் இவ்விரு உலக நிகழ்வுகளும் பிற்காலத்தில் உருவாக்கிய ஒடுக்கப்பட்ட மக்களுக்கான அரசியல்-விடுதலைக்கான அரசியல் என்ற தளங்களில் காலத்திற்கு முன்பாக ஆழமாகச் சிந்தித்து அதன் சிக்கல்களை விரிவாக விளக்கியுள்ளதை நாம் கவனத்தில் கொள்ளவேண்டும்.

அவரது விடுதலைக் கருத்தியலின் விரிவைப் புரிந்துகொள்ள அவரது சமகாலத்தில் வாழ்ந்து மறைந்த இரு சிந்தனையாளர்களை நாம் இங்கு நினைவுபடுத்திக் கொள்ள வேண்டும். ஒருவர் கார்ல் மார்க்ஸ் (1818-1883) இவர் மக்களுக்கான விடுதலை பற்றித் தம் வாழ்நாள் முழுக்கச் சிந்தித்தவர். மற்றொருவர் பிரடெரிக் வில்ஹெம் நீட்ஷே (1844-1900) இவர் விடுதலையென்றால் என்ன, அனைவருக்கும் விடுதலை சாத்தியமா அல்லது அனைவருக்கும் விடுதலை தேவையா, அன்பு கருணை என்பதெற்கெல்லாம் என்ன அர்த்தம் என்று தம் வாழ்நாள் முழுக்க ஓயாமல் கேள்வி எழுப்பியவர். இருவரும் ஜெர்மனியப் பின்புலம் கொண்டவர்கள், ஆனால் உலகச் சமூக அரசியலின் இரு எதிர்நிலைக் கருத்தியல்களின் ஆசான்கள். அயோத்திதாசர் தன் வாழ்நாளில் சிந்தித்த, தேடிய அதே கருத்துகள் பற்றியும் மனித நிலை பற்றியும்தான் இருவரும் சிந்தித்தனர். ஆனால் இருவரும் முற்றிலும் எதிர்எதிர் நிலைகளைக் கண்டடைந்தனர்.

மார்க்ஸ், விடுதலை அனைவருக்கும் உரியது அதனை அடைய முடியும் என்றார். நீட்ஷே அடக்கி ஆளச் சிலரும் அடிமைப் பட்டிருக்கப் பலரும் இருந்தால்தான் ஒரு சமூகம் வலிமையாக இருக்கும் என்றார், மக்கள் அடிப்படையிலேயே அடிமைப் புத்திக்

கொண்டவர்கள் அதனால் வலிமையும் அதிகாரமும் கொண்ட மகாமனிதர்கள் அவர்களை அடக்கியாள வேண்டும். வலிமையின் முன் அடிமைப் பட்டிருக்க விரும்புவது மக்கள் (அடிமைகள்) பெண்கள் இருபகுதியினரின் பண்பு, போரிலும் ஆதிக்கத்திலும் வலிமை கொண்டவர்களிடம் விரும்பி அடிமைப்பட்டிருப்பது பொது மனித குணம் என்றெல்லாம் வரலாற்றுச் சான்றுகள் காட்டி நிறுவ முயன்ற தத்துவவாதி. ஆனால் இருவருமே மனித சமூக அரசியல் வரலாற்றை அடக்குமுறைகளின் வரலாறு என்றும் அது அடக்குதல் அடிபணிதல் என்ற முரண்பாடுகளுக்கிடையிலான ஓயாத போராட்டம் என்றும் விளக்கிய வகையில் ஒன்றுபட்ட பார்வை கொண்டவர்கள். அடக்குபவர்களுக்குப் பணிந்து உழைத்து மடிய உகந்தவர்களாக அடிமைப்பட்டவர்களை உருவாக்குவதற்கான ஏற்பாடுகள்தான் சமயம், பண்பாடு, நீதி, ஒழுக்கம் என்பதை மார்க்ஸ் விளக்கியது போலவே நீட்ஷேவும் விளக்கியிருக்கிறார். ஆனால் மார்க்ஸ் அனைவருக்கும் சம அதிகாரம், அதன்வழியான விடுதலை என்ற அறம் சார் தீர்வினை முன்வைத்த போது, நீட்ஷே 'அறம் கருணை என்பவை அடிமைகள் தம்மைத்தாமே ஏமாற்றிக்கொள்ள உருவாக்கிய கட்டுக்கதைகள்' என்றும் அதிகாரம் கொண்டவர்கள்-ஆதிக்கம் செலுத்துபவர்கள் உருவாக்குவதுதான் அந்த அந்தச் சமூகத்திற்கான நீதி அவர்கள் பிறரை அடிமையாக வைத்திருக்க உருவாக்குவதுதான் ஒழுக்கம் அதனால் எந்தவித குற்றவுணர்வும் அற்று அதிகாரத்தையும் ஆதிக்கத்தையும் செலுத்துவதுதான் மேலாதிக்கத்தை நிலை நிறுத்துவதற்கான வழிமுறை அதுதான் விடுதலையுடன் இருக்கவும் சுதந்திரத்தின் இன்பத்தை அனுபவிக்குமான வழிமுறை என்றெல்லாம் தன் தர்க்கத்தைக் கட்டுகிறார்.

மார்க்ஸியம் மனித சமூகங்கள் இனிச் செல்லவேண்டிய வழியைப் பற்றியும் இனி தேர்ந்தெடுக்க வேண்டிய அறம் பற்றியும் சிந்திக்கும்போது நீட்ஷே வலிமை கொண்டவர்கள் தொடர்ந்து வலிமையடைவது பற்றியும் விடுதலையை அனைவரும் நேசிப்பதில்லை எனவும் கடந்தகால வரலாற்றை மறுஉறுதி செய்கிறார். இது ஒரு வகையில் மிகப்பழமையான மேலாதிக்கவாதம், அடிமை நிலையை இயற்கையானதென நிறுவ முயலும் விதியேற்புவாதம் என்பது தெளிவாகத் தெரிகிறது. ஆனால் இது அடக்கப்பட்டவர்கள் முன், அடிமைப்பட்டிருப்பவர்களின் முன் ஒரு சவாலை முன்வைக்கிறது.

“உங்களுக்கென்று வரலாறு இல்லை அது உங்கள் ஆண்டைகளால் எழுதப்பட்டது, உங்களுக்கென்று நன்மை தீமை இல்லை அவை உங்கள் ஆண்டைகளால் வரையறுக்கப்பட்டுள்ளன. உங்கள் இன்பம், துன்பம், பாவம், புண்ணியம், ஒழுக்கம், கேடு, தெய்வம் என அனைத்தும் அடக்கியாளுபவர்களால் உருவாக்கப்பட்டவை. அவற்றை ஏற்றுக்கொண்டுள்ள நீங்கள் உங்களுக்கான எதனை உருவாக்கியிருக்கிறீர்கள், உங்கள் மொழிகூட உங்களுக்கானது இல்லை, பிறகு எப்படி நீங்கள் விடுதலை அடையமுடியும்?” என்ற கடிந்த, வலிமையான கேள்விகளை முன்வைக்கிறது. அப்படியெனில் அடிமைப்படுத்தப்பட்டோர் அடக்கப்பட்டோர் தம் விடுதலையைத் தொடங்கும் இடம் எது? என்ற கேள்வி இன்றும்கூட ஆய்வுக்குரியதாகவே இருந்துவருகிறது. ஆனால் அயோத்திதாசர் புரட்சி மற்றும் விடுதலையின் உளவியல் சிக்கல் தொடங்கும் தளத்தைத் தன் பார்வையின்வழி தெளிவாகச் சுட்டிக்காட்டுகிறார், “காரணமேோவெனில் பத்து பெயர்க்கூடி ஒரு மனிதனை இவன் தாழ்ந்த சாதியன், கொடியன், மிலேச்சனெனச் சொல்லிக்கொண்டே வருவதுடன் அவனை நெருங்கவிடாதுந், தீண்டவிடாதும் இழிவுபடுத்தி வருவார்களாயின் அவன் மனங்குன்றி நாணடைந்து நாளுக்குநாள் சீர்கெடுவானேயொழிய சீர் பெறமாட்டான்.” (தமிழன்: ஆகஸ்டு 13, 1913).

பிறரை அடிமையாக்கவும் அடிமையாக வைத்திருக்கவும் ஆதிக்க சாதிகள்/ஆதிக்க சக்திகள் எந்தவகை உத்தியைக் கையாண்டு வருகின்றன என்பதை நீட்ஷே வரலாற்றுத் தரவுகளுடன் இப்படியாகவே விளக்குகிறார். அவர்கள் தங்களைத் தாங்களே உயர்ந்தவர்கள், முழுமையானவர்கள், தூய்மையானவர்கள், முதலில் தோன்றியவர்கள் என்று உறுதியாகச் சொல்லிக் கொள்வார்கள். மற்றவர்களைக் கீழானவர்கள், குறையுடையவர்கள், தூய்மையற்றவர்கள், வாழத் தகுதியற்றவர்கள் என்றெல்லாம் தொடர்ந்து சொல்லி அவர்களை அடிமையாக்கிக் கொள்வார்கள். தங்கள் செய்பவை அனைத்தும் நன்மைகள் மற்றவர்கள் செய்பவை அனைத்தும் தீமைகள் என்பதை உறுதிசெய்யத் தகுந்த வகையில் வரலாற்றை, கதைகளை, நம்பிக்கைகளை உருவாக்குவார்கள். தம்மிடம் அடிமைப்பட்டிருப்பவர்களிடம் குற்றவுணர்வையும் கீழ்மை உணர்வையும் உருவாக்கி அதன்வழியாகவே அவர்களிடம் பணிந்து கிடக்கும் குணத்தை படியவைப்பார்கள். இந்த உத்திகள் அனைத்தையும் கையாண்டு வெற்றி பெற்றவர்கள் இந்தியப் பார்ப்பனர்கள் என்றும் பிராமணியத்தை ஏற்ற சத்திரியர்கள்

இதற்குத் துணையாக இருந்து தம் ஆதிக்கத்தை நிலைநிறுத்திக் கொண்டவர்கள் என்றும் நீட்ஷே குறிப்பிட்டுக் காட்டுகிறார். அவரது நோக்கம் வலிமையை, தந்திரத்தை, அடக்கியாளுதலைக் கொண்டாடுவது. ஆனால் அது விடுதலைப் போராட்டம் மற்றும் புரட்சிக்கான முனைப்புகளின் முன் வைக்கப்படும் வலிமையான சவால்.

இந்தச் சவாலை அறப்புரட்சியாளர் அயோத்திதாசர் தனக்கேயான வழியில் எதிர் கொண்டார். தன் மக்கள் 'மனங்குன்றி நாணடைந்து நாளுக்குநாள் சீர்கெடாமல்' இருக்கவும் தம் அடிமைநிலை நீங்கிச் சீர்பெறவும் அவர் கண்டறிந்த வழிமுறைதான் அதுவரை சொல்லப்பட்ட வரலாற்றை மறுத்தலும் அதனைத் தலைகீழாக்கி உடைத்தலும். தமக்கான வரலாற்றைத் தானே கண்டடைதலும் உருவாக்குதலும் முதல் தேவை என்பதை அவர் நடைமுறையில் நிகழ்த்திக்காட்டினார். பார்ப்பன-வைதிக-இந்துச் சமூகத்தின் புனிதங்கள் அனைத்தையும் ஆபாசம் என விளக்கி குலம், வம்சம், ஜாதி, ஆசாரம், பிராமணத்துவம் அனைத்தையும் சாஸ்திரக் குப்பைகளின் விளைவுகள் என்றார். அறிவீனர்கள், மூளை பிறழ்ந்தவர்கள் சிலர் உளறிக் கொட்டிய குப்பைக் கூளங்கள்தான் இக்காலத்தில் இந்துமத நூல்களாக இருக்கின்றன என்பதை மாற்றுச் சான்றுகளுடன் விளக்கிய அயோத்திதாசர் தம் மக்களை பூர்வ பௌத்தர்கள், திராவிட பௌத்தர்கள், சாதிபேதமற்ற திராவிடர்கள் என விளித்து, அடக்கும் அடையாளங்களில் இருந்து விடுவித்தார்.

இந்தப் புரட்சியை அவர் மொழியில் இருந்து தொடங்கி, சொல்லாடல்களின் வழியாக விரிவாக்கி, சாதிய பிராமணிய கட்டுக்கதைகளைத் தகர்க்கும் முட்டுக்கதைகள் (எதிர்க்கதை) வழியான போராட்டமாக முன்னெடுத்துச் சென்றார். அவரது எதிர்ப்பரசியல் இதனைக் கடந்து உருவாக்க அரசியலாக வடிவம் கொண்டு அறம் சார் அதிகாரமாக, அற அடிப்படையிலான மேலாக்கமாக மாறும் தளம்தான் பூர்வ பீடம்-பூர்வ தன்மம் என்ற மறு உருவாக்கங்கள். இதன் வழியாகவே இந்து-இந்திய, வைதிக-சாதிய கட்டமைப்புகளை அறமற்ற, தீமை நிறைந்த, குற்றச் செயல்கள் என்று தயக்கமின்றி கீழாக்கம் செய்துவிடுகிறார் அயோத்திதாசர்.

இதனைக் கார்ல் மார்க்ஸ் புரட்சிகர நடைமுறையின் தொடக்கம் என்கிறார், அயோத்திதாசர் சத்திய தன்ம சீர்திருத்தம் என்கிறார்.

அயோத்திதாசரின் புரட்சியோ மார்க்ஸால் புரிந்துகொள்ள இயலாத பலபடித்தான வரலாற்று-சமூக வன்கொடுமைக்கு எதிரான புரட்சி. தன் மக்களுக்கான மொழி, அறிவு, வரலாறு அனைத்தையும் உருவாக்கி, அடையாளம் காட்டி, மறுஉறுதி செய்வதற்கான புரட்சி. அது நுண் அரசியல் வழியாக கட்டுமான மாற்றங்களை நோக்கி நகரும் புரட்சியாக அமைந்திருக்கிறது. அதனை மிகுந்த அக்கறையுடன் முன்னெடுப்பதாக விசிக-வின் கருத்தியல் தலைமையாம் தொல். திருமாவளவனின் ஒவ்வொரு நகர்வும் அமைகிறது. அதன் விளைவுகள் வரலாற்றால் சரி பார்க்கப்படலாம் ஆனால் தற்போது அதன் களப்பணி மிகுந்த தேவையுடையது.

புத்தரா, கார்ல் மார்க்ஸா அல்லது அம்பேத்கரா?

தலித் அரசியல் மற்றும் சாதியொழிப்பு அரசியல் பற்றிய பிழையான புரிதலை இந்திய மார்க்ஸிஸ்டுகள், இந்திய கம்யூனிஸ்டுகள் என்ற அடையாளத்துடன் இயங்குகிறவர்கள் எப்போது மாற்றிக்கொள்ளப் போகிறார்களோ தெரியவில்லை.

குஜராத்தில் ஒடுக்கப்பட்ட மக்கள் மீதான வன்முறைக்கெதிராக ஒடுக்கப்பட்ட மக்கள்தான் போராட வேண்டும், பேரணிகளை நடத்த வேண்டும், ஆனால் கம்யூனிஸ்டுகள் தேசிய அளவில் பார்வையாளர்களாக இருப்பார்கள் என்ற வருத்தத்திற்குரிய நிலை ஒரு நூற்றாண்டு கால கம்யூனிஸ்ட் கட்சிக்கு ஏற்பட்டதைப் பற்றிய தன்னறிவு இன்றி இன்னும் அவர்கள் எத்தனை காலத்திற்குப் பெருமித உணர்வில் மிதக்கப் போகிறார்களோ தெரியவில்லை.

5-15 ஆகஸ்ட் அகமதாபாத்-உனா விடுதலைக்கான அணிவகுப்பு தலித் கட்சிகளுக்கு மட்டுமானது என்ற நிலை உருவாகியிருப்பதற்கு யார் காரணம்? 'ஜெய் பீம்' முழக்கம் 'லால் சலாம்' முழக்கத்துடன் இணைந்து 'ஆசாதி' (விடுதலை) என்ற பொது விடுதலைக் குரலாக இளைஞர்களிடம் மாறியதைக் கம்யூனிஸ்ட் கட்சிகள் முன்னெடுக்காமல் தயங்குவதற்கு யார் அல்லது எது காரணம்? மார்க்ஸா? அம்பேத்கரா? என்று முரண்படுத்தும் உரையாடல்களின் உள்நோக்கம் என்ன?

யார் இதற்குப் பதில் சொல்வது. யாரும் இல்லை நாமே கண்டறிய வேண்டும். அம்பேத்கர் மார்க்ஸை இந்தியச் சூழலில் விளக்கி விரிவுபடுத்தி காலம் -சார்ந்து பொருள்படுத்தியிருக்கிறார். உண்மையான மார்க்சியம் அம்பேத்கரிடமிருந்து கற்கவே விரும்பும். மார்க்சுக்கு சாதியமும் இந்தியாவும் செய்திவழி அறிவுதான், ஆனால் அம்பேத்கர் அப்படியல்ல, உள்ளிருந்து ஒலித்த அறிவு, விடுதலைக்கான நெடிய கனவு! அறிவுடன் இணைந்த

போராட்டம், இந்தியாவை இதுவரையான தத்துவவாதிகள் பலவாறு விளக்கியிருக்கலாம், ஆனால் நம் முன் உள்ள பெரும் கேள்வி அதை எப்படி மாற்றுவது என்பது தான், அம்பேத்கர் இதற்கான போராட்டத்தையே தன் முழுமையான வாழ்க்கையாக்கிக்கொண்டவர். அவர் தன் விடுதலைப் போராட்டத்தை காந்தியின் படத்துடன் தொடங்கினார், ஆனால் புத்த நெறியுடன் நிறைவு செய்தார்.

இடையில் அவர் மார்க்சியத்தைத் தன் புரிதலில் உள்வாங்கிக் கொண்டார். ரஷ்யப் புரட்சியை, முதல் உலகப்போரை, இனப் படுகொலைகளை, இரண்டாம் உலகப் போரை, அணுஆயுதத் தாக்குதலை, இரு ஏகாதிபத்தியங்களின் விரிவாக்கத்தைக் கண்ணால் கண்டவர் அண்ணல். அரசியலில் போரின் இடத்தையும், புரட்சிகளின் உருமாற்றங்களையும் புரிந்து கொண்டவர், மக்கள் அரசியலில் அதற்குள்ள இடம் பற்றி ஆழமாக ஆய்ந்து சொன்னவர். இவை எதுவும் மார்க்சின் காலத்தில் கற்பனையும் செய்து பார்க்க முடியாதவை. ஜெர்மனியின் பாட்டாளி வர்க்கம் உலகத் தொழிலாளர்களின் விடுதலைக்கு முன்னோடியாக இருக்கும் என்று மார்க்ஸ்-ஏங்கெல்ஸ் கருதினர். ஆனால் பாசிசத்தின் பெருவெடிப்பு அங்கிருந்துதான் நிகழ்ந்தது. இதற்காக மார்க்சியத்தை முற்றிலும் பிழையான தத்துவம் என்று நாம் சொல்லிவிடமுடியாது. அம்பேத்கரும் அப்படிச் சொல்லிவிடவில்லை.

தேவையும் தெளிவும்:

பல கட்சிகளாக இயங்கும் கம்யூனிஸ்டுளைக் கொண்ட இந்தியாவில் இடதுசாரி அரசியல் இன்னும் பல காலத்திற்குத் தேவைப்படுவது. இடதுசாரி அரசியல் மக்களுக்கானது, மக்கள் விடுதலைக்கானது. அதே போல மக்களை ஒடுக்கும் அரசியல், மக்களைச் சுரண்டும் பொருளாதார - சமூகச் சக்திகள் அனைத்திற்கும் எதிரானது. இப்படிச் சொல்வது எளிதானதாக இருந்தாலும் மக்கள் விடுதலை என்ற இயக்க வடிவம் அவ்வளவு இலகுவானதல்ல.

இந்தியாவின் கம்யூனிஸ்ட் கட்சி இன்னொரு காங்கிரஸ் கட்சிதான் என்று 'நடுநிலையாளர்கள்' சிலர் கிண்டல் செய்வதைக் கவனத்தில் கொள்வது தவறில்லை. "உலகத் தொழிலாளர்களே ஒன்றுபடுங்கள்" என்ற முழக்கத்தை இடதுசாரிகள் எழுப்பும் போது "முதலில்

இந்திய கம்யூனிஸ்டுகளே ஒன்றுபடுங்கள் பெறவு உலகத் தொழிலாளர்களுக்கு அழைப்பு விடுங்கள்" என்று வலது அரசியல் கும்பல் கேலி செய்வதைக் காதில் வாங்காமல் புரட்சிக்கான நெடும் பயணத்தைத் தொடர்ந்தாலும் சற்று ஓய்வான நேரத்தில் அதைப் பற்றி சிறிது உரையாடுவதிலும் தவறில்லை.

1920-25 காலப்பகுதியிலிருந்து கட்சியாகவும் (கட்சிகளாகவும்) அதற்கு முன்பிருந்தே கருத்தாகவும் கம்யூனிசம்-சோஷலிசம் இந்தியச் சமூகங்களிடையே இயங்கி வருகிறது. ஆனால் இன்று வரை அது ஆதிக்க, பிற்போக்குச் (சக்திகளை) கட்சிகளைத் தனித்து நின்று விலக்குவதற்கான சக்தியற்றதாகவும் வெகுசன அரசியலில் மிகப் பிற்படுத்தப்பட்ட கட்சியாகவும் உள்ளது. 2014- பாராளுமன்றத் தேர்தலில் தேசிய அளவிலான வாக்கு விகிதம் 3.2 என்ற அளவில் பெற்று "இந்தியாவிலும் மார்க்சியம் காலாவதியாகிவிட்டது பாருங்கள்" என்று வலது கட்சிகள் கொண்டாடுகிற நிலையை உருவாக்கிக் கொண்டது.

கம்யூனிசமோ, மார்க்சியமோ தளர்வதும் தேய்வதும் மகிழ்ச்சிக்குரியதோ, மனதைக் குளிர்விப்பதோ அல்ல. மக்கள் அரசியலின் எதிர்காலத்தைப் பற்றிய கவலையை உருவாக்கும் நிலை இது. ஆனால் 1952இல் தென்னிந்தியாவில் (சென்னை மாகாணம்) பொதுத் தேர்தல் முறையிலேயே சட்டமன்றத்தில் ஆட்சியமைக்கிற அளவுக்கு மக்கள் வாக்குகளைப் பெற்ற அரசியல் சக்தி அதனை நழுவவிட்டு இன்று வரை (இரண்டு) மாநிலக்கட்சியாக மாறி காங்கிரஸ் கட்சியின் தேநீர் இடைவேளைத் தோழர்களாக மாறியிருப்பதன் காரணம் பற்றி அனைவருமே சிந்திக்க வேண்டிய நிலையில்தான் இருக்கிறோம்.

யார் நம்மைக் கம்யூனிஸ்ட் ஆக்கியது:

புரட்சி நிகழ்த்தி ஆதிக்க வர்க்கங்களை உடைத்து எறிந்து விட்டு உழைக்கும் வர்க்கம், ஒடுக்கப்படும் வர்க்கம் அரசியல்-பொருளாதார அதிகாரத்தைக் கைப்பற்றுவதன் வழியாக சமத்துவம், சமநீதி, சமஉரிமைகள், சுதந்திரம் கொண்ட சமூகத்தை அமைப்பது அல்லது கட்டுவது என்ற வேலைத்திட்டம்தான் கம்யூனிசத்தின் அடிப்படை.

மனிதர்களைத் துயருற்று மடியச் செய்யும் வறுமையும், அடிமைத்தனமும் இல்லாத சமூகம் அது. தன்மானம் கொண்ட

மக்கள், தம் உழைப்பின் மீது முழுமையான உரிமை கொண்ட மக்கள், தம் உழைப்பின் வழி வாழ்வைத் துயரின்றி நடத்திச் செல்லும் மக்களுக்கான சமூகமாக அது இருக்கும்.

அடக்குமுறை கொண்ட அரசுகள், ஆதிக்கம் செய்யும் கொடுங்கோல் வர்க்கங்கள் அங்கு இருக்காது. உழைக்கும் மக்களின் அரசு, உழைக்கும் மக்களுக்கான அரசுதான் அங்கு இருக்கும். இனம், நிறம், மொழி, மதம், பாலினம் எதன் பெயராலும் ஏற்றத் தாழ்வுகளோ, ஒடுக்குமுறைகளோ அந்தச் சமூகத்தில் இருக்காது. ராணுவம், அரசு என்பவை மெல்ல மறைந்து... உங்களுக்குத் தெரியும், இது பெருங்கனவின் அரசியல். ஆனால் ராணுவமும் அரசும் தோன்றிய காலத்திலிருந்தே அந்தக் கனவு மக்களுக்கு இருந்து வருகிறது.

இதுவரை சுருக்கமாகச் சொல்லப்பட்ட வரையறை ஒரு சமய நம்பிக்கை போல, ஒரு இன்னிசைக் கனவாக ஒலிக்கலாம். ஆனால் இதற்கு வரலாற்று, இயங்கியல் அடிப்படையை சமூகவியல் தரவுகளோடு தந்துள்ளது மார்க்சியம்.

மார்க்சியம் நவீன சமூகங்களுக்கான கனவை மட்டுமல்ல அறிவையும், அறிதல் முறையையும் அளித்துள்ளது. அது ஒரு முறையியலையும் உருவாக்கித் தந்துள்ளது. கார்ல் மார்க்ஸ் என்ற ஒரு குறியீடு தனிமனித நிலையிலிருந்து மாறி ஒரு மானுட அறிவாக, சிந்தனை முறையாக, பொருளுரைக்கும் முறையாக விரிவடைந்த ஒன்று. எளியோர், ஒடுக்கப்பட்டோர், உரிமைகள் அற்றோருக்கான ஒரு அறம்சார் கருத்தியலின் தொகுப்பு அது.

அதுவரை இருந்த தத்துவங்கள் உலகை விளக்கின. ஆனால் மார்க்சியம் உலகை விளக்கி, அதன் தீமைகளை விளக்கி, உலகை மாற்றுவதற்கான வழிமுறைகளையும் சொல்லித்தருவது. இது வரலாற்றுடன் இணைந்த இயக்கவியல். மனித மாண்புகள் அனைத்தையும் மதிப்பதற்கான ஒரு சமூகம் பற்றி, அதற்கான கட்டமைப்பு பற்றி மார்க்சியமே ஆகச்சிறந்த மாதிரியை வரைந்து காட்டியுள்ளது.

உள்ளே நிகழும் வர்க்கப் போராட்டம்:

இது போன்ற தகுமதிகள் கொண்ட ஒரு சமூகவியல், அரசியல் கருத்தியலை பின்பற்றும் கம்யூனிஸ்டுகள், மார்க்சிஸ்டுகள் மிகச்சிக்கலான ஒரு உளவியல் நிலையில் இருப்பார்கள். வர்க்க,

ஆதிக்கச் சமூகத்தில் வாழ்ந்தபடி சமத்துவம், சமஉரிமை, மனித அறம் பற்றிப் பேசுவதுடன் அதனை நடைமுறையில் பின்பற்றி நடப்பவர்களாகவும் இருப்பார்கள். முதலாளித்துவ சுரண்டல், மூலதனத்திற்கான உற்பத்தி முறை, தொழில் துறைகளின் கொடுமை இவற்றை வெறுக்கிற அவர்களே அதில் உழைக்கிறவர்களாக இருப்பார்கள். முதலாளிகளின் அரசு என்பதால் அரசை அவர்கள் வெறுப்பதும், மறுப்பதும் இயல்பானது. ஆனால் அந்த அரசுகளின் கீழ்தான் வாழவேண்டியிருக்கும், தமது குடிமை உரிமைகளைக் கேட்டுப் பெற வேண்டியிருக்கும்.

ஏற்றத்தாழ்வு கொண்ட சமூக அமைப்பின் மரபுகள், மதிப்பீடுகள் அனைத்தும் பொய்யானவை, அடக்குமுறைக் கருவிகள் என்பதை அறிந்தவர்களாக இருப்பார்கள், ஆனால் அவற்றை விட்டு வெளியேற முடியாமல் அவற்றைப் பின்பற்றி வருபவர்களாக இருப்பார்கள்.

மற்றவர்கள் போலின்றி வேறுவகை அறிவு முறை கொண்டவர்கள் என்பதால் கலை, இலக்கியம், அழகியல் வகையிலும் வேறுபட்டவர்களாக இருந்தாக வேண்டும். தனிமனித, பாலிணை உறவுகளிலும் ஆதிக்கச் சமூகத்தின் வரையறைகளை ஏற்காமல் மாற்று வாழ்வியலைத் தேர்ந்து கொண்டவர்களாக இருப்பார்கள்.

நான் மாய நடப்பியல் கதையொன்றும் சொல்லவில்லை, புரட்சிகர உளவியல் இந்தச் சிக்கல்களைக் கொண்டதுதான், புரட்சியை ஏற்ற உளவியலாக இருந்தால்.

செய்வினையோ! செயப்பாட்டு வினையோ!

இந்த விளக்கம் உங்களை மட்டுமல்ல என்னையும் பலமுறை குழப்பமடைய வைத்துள்ளது. அதாவது புறவுலகம் ஒன்றாகவும், அறிவு மற்றும் உணர்வுலகம் வேறாகவும் கொண்ட மனிதர்களாக மாற வேண்டிய நிலைதான் இது. புரட்சி, சமூக மாற்றம், விடுதலை பற்றிய விழைவு கொண்டவர்கள், வேட்கை கொண்டவர்கள் எப்போதும் இப்படித்தான் இருக்கமுடியும். ஆனால் புறஉலகம் உங்களுடன் முரண்பட்டதாக இருந்தால் உணர்வு, அறிவு, செயல் என்ற இணைப்புகள் நேர்க்கோட்டில் அமைவது சாத்தியமில்லை. கருத்துருவம் ஒன்றாகவும், புறவுலகின் நடைமுறை வேறொன்றாகவும் இருக்கும்போது ஓயாத முரண், திருகல்

உருவாகிக் கொண்டே இருக்கும். இது அரசியல் சார்ந்த உளவியலின் போராட்டக்களம்.

புற அமைப்போடு போராடுவதற்கு முன் அக அமைப்புடன் போராடத் தொடங்க வேண்டும். இது எங்கு முற்று பெறும் என்று சொல்ல முடியாது. புறஉலகம் எப்படி இருந்தாலும், அரசியல்-பொருளாதார அமைப்புகள், உறவுகள் எப்படியிருந்தாலும் நான் புரட்சியாளனாக, சமத்துவ-அறம் கொண்டவனாக இருக்கமுடியும், இருக்கத்தானே வேண்டும் என்று சொல்ல வரும்போது மார்க்சிய அடிப்படையையே தகர்த்து விடுகிறோம்.

அதாவது உலகம் எப்படி இருந்தாலும் உன் உள்ளம் தூய்மையாக இருக்கமுடியும், அந்த வகையில் உன் விடுதலை வெளியே இல்லை உள்ளேயே உருவாகிறது, நீ உணர்வதுதான் உன் சுதந்திரம் என்ற 'அத்வைத' நம்பிக்கையாக அது மாறிவிடும். இது இயங்கியலுக்கு எதிரானது.

அதே சமயம் கருத்துருவம், அறிதல் முறை, உளவியல்புகளில் மாற்றம் அடையாமல் நீங்கள் அரசியல், சமூக அறங்களில் மாற்றம் வேண்டிப் போராடவும், அதை நோக்கிச் செயல்படவும் முடியாது. இந்தக் களத்தில் போராட்டம், எதிர்ப்பு, தகர்ப்பு மட்டுமின்றி மாறுதல், உருவாக்கம், கட்டுமானம், புத்துருவாக்கங்கள் எல்லாம் தேவைப்படுகிறது.

சற்றே குழப்பமாக இருந்தாலும் செயல்படும் வகையில் இந்தச் சிக்கல் தீரக்கூடும். அதாவது மாற்றத்திற்கான, விடுதலைக்கான, உருவாக்கத்திற்கான இயக்க நிலையில், இடைப்பட்ட நிலையில் நம்மை வைத்துக் கொள்வது.

வாழும் அமைப்பிற்குள் இருந்து அதனை மாற்றும் ஆற்றல்களைப் பெருக்குவது. இதனைத்தான் கட்சி, இயக்கம், போராட்டக் களம் என்று சொல்லுகிறோம். இருமை முரணுடன் இயங்கும் உளவியல், புற-அக அமைப்புடன் உள்ள மோதல்களைக் கொண்ட தொடர் செயல்பாடு இது.

இதனை இப்படிச் சொல்வது வழக்கம்: ஒடுக்கப்படும் மக்கள் தாம் ஒடுக்கப்படுகிறோம் என்பதை அறிவதுதான் விடுதலைக்கான தொடக்கம், ஒடுக்குதலில் இருந்து வெளியேற வேண்டும் என்ற உணர்வு இரண்டாவது கட்டம், அதற்கான வழிமுறைகளை அறிவது மூன்றாவது கட்டம், நடைமுறையில் செயலாக்கம் செய்து

நிறுவுவது நான்காவது கட்டம். இவை அனைத்துமே தனிமனிதச் செயல்பாடுகள் அல்ல என்பது தற்போது புரியவரும்.

அனைத்து விடுதலைக் கருத்தியல்களும் கூட்டு நிகழ்வுகளான சமூகச் செயல்பாடுகளின் வழியே மெய்நடப்பாக மாறுகின்றன, சமூகம் மாற்றியமைக்கப்படுகிறது. சமூக மாற்றத்திற்கு அரசும், பொருளாதார-உற்பத்தி உறவுகளும் மாற வேண்டும், அந்த மாற்றம் வர்க்கப் போராட்டம், வர்க்கப் புரட்சி வழியாகத்தான் நிகழ முடியும்.

இதற்கு அடிப்படைத் தேவை வர்க்க உணர்வு, வர்க்க அறிவு, புரட்சிகர பிரக்ஞை என்று மார்க்சியம் இதனை விளக்கும். அம்பேத்கரியம் கற்பி, போராடு, ஒன்று சேர் என விளக்கும்.

இந்தியச் சிக்கல் எங்குள்ளது?

இந்தியச் சூழலில் இந்த வர்க்க அடையாளத்தில்தான் அடிப்படைச் சிக்கல். இந்தியச் சமூகங்கள் வர்க்க அமைப்புகளாக இன்றி சாதி அமைப்புகளாகச் செயல்படுகின்றன. இதுபற்றி அண்ணல் விரிவான விளக்கங்களையும் தரவுகளையும் தந்திருக்கிறார். இதன் பின்னணியில் நாம் நினைவுபடுத்திக் கொள்ள வேண்டிய பகுதிக்குச் செல்வோம்.

இந்தியச் சமூகத்தில் கம்யூனிஸ்டுகள் வர்க்க-சாதி சிக்கலை முன்னிலைப்படுத்தித் தமது கருத்தியல்களை செயல்பாடுகளை அமைத்திருப்பார்களேயானால் இன்றும் நாம் தீண்டாமையும், சாதிவெறுப்புகளும், சாதிவெறியும் கொண்ட சமூகத்தில் வாழ நேர்ந்திருக்காது. வலிமை குறைந்த சாதி அமைப்புடன் கூடிய வர்க்க அரசியலை நோக்கிச் சென்றிருக்க முடியும்.

சாதி ஒழிப்பு அரசியலை முழுமையாக கம்யூனிஸ்டுகள் மறந்துவிட்டார்கள் என்று இதற்கு அர்த்தம் இல்லை. சாதி இருப்பது தெரிந்தும், தீண்டாமையை ஒரு சமூக ஒழுங்கு என நம்பும் கிராமக் கட்டமைப்பு இருப்பது தெரிந்தும் 'கட்சி சார்ந்த கம்யூனிஸ்டுகள்' இவற்றை வர்க்க அரசியலாக வலிந்து விளக்கிக் கொண்டுள்ளனர்.

வர்க்கம் அற்ற சமூகமும் பாட்டாளி வர்க்க அரசும் உருவானால் சாதி ஒழிந்து, தீண்டாமை மறைந்து சமத்துவச் சமுதாயம் உருவாகிவிடும் என்று ஒரு அதிகாரபூர்வமான செயல் திட்டத்தை

அறிவித்தபடி உள்ளனர். வர்க்க அரசியல் உருவாகாமல் இருப்பதற்குச் சாதியும், தீண்டாமையும்தான் காரணம் என்பதும் சாதிய பொது உளவியல்தான் ஜனநாயக மாற்றங்களைக்கூட ஏற்க விரும்பாமல் இந்துத்துவ அடையாளத்தை வளர்த்துக் கொண்டுள்ளது என்பதையும் எப்படி நாம் மறைக்க முடியும்?

கம்யூனிஸ்டுகள் தாம் முன்பு அறிவித்துவிட்டதைத் தகுதிப்படுத்தவும், அந்தக் கனவை தகவமைத்துக்கொள்ளவும் தடையாக இருக்கும் அம்பேத்கரிய, தலித் அரசியல் மற்றும் தலித் கருத்தியல் மீது வெறுப்பை, அல்லது புறக்கணிப்பைக் காட்டிவருகின்றனர்.

இவர்கள் மார்க்சியத்தை இந்தியாவிற்கு அழைத்து வராமல் இந்தியாவை மார்க்சியத்திற்குள் நுழைத்துவிடலாம் என்று நம்புகின்றனர். மார்க்ஸ் இந்தியச் சமூகம் பற்றிச் சொன்னதை, விளக்கியதை இவர்கள் புரிந்துகொள்ளவில்லை.

இந்தியாவில் வர்க்கங்கள் இல்லை, சாதிகள்தான் உள்ளன என்பதுதான் மார்க்சின் விளக்கம். பரம்பரை வேலைப் பிரிவினைகளால் உருவான சாதிகள் ஒவ்வொன்றும் ஒரு வர்க்கமாக அமைக்கப்பட்டுள்ளன என்பதுதான் மார்க்சின் கருதுகோள் முடிவு.

அப்படியெனில் வர்க்கப் போராட்டம், வர்க்கப் புரட்சி என்று மார்க்சிய-கம்யூனிச கட்சிகள் இத்தனை காலம் சொல்லி வருவது மாயா வினோதமோ என்று தோன்றலாம். வர்க்கம் இல்லாத, வர்க்கம் உருவாகாத சமூகத்தில் வர்க்கப் போராட்டம் பற்றிய செயல்திட்டம் எவ்வாறு பொருந்தும் என்ற கேள்வி எழும். உண்மையில் கம்யூனிஸ்டுகள் வர்க்கங்களை உருவாக்கும் போராட்டத்தில்தான் ஈடுபட்டிருக்க வேண்டும். சாதி ஒழிப்பும் தீண்டாமை ஒழிப்பும் இணைந்த போராட்டம்தான் வர்க்கங்களை, உழைக்கும் மக்களை உருவாக்கி இருக்கும்.

உற்பத்தி-உழைப்பு வழியாக இணைந்த வர்க்கங்கள் உருவாகாமல் இந்தியாவில் வர்க்க ஒற்றுமையும் புரட்சியும் சாத்தியமில்லை. அப்படியெனில் கம்யூனிஸ்டுகள் அம்பேத்கரிடமிருந்துதானே தொடங்கியிருக்க வேண்டும்.

மார்க்சியம் காட்டும் ஒரு திசைவழியை அம்பேத்கர்தான் இந்தியச் சூழலில் விரிவாக விளக்குகிறார். அம்பேத்கர் விளக்குவது மார்க்ஸ் அடையாளம் காட்டிய சிக்கல்தான். மார்க்ஸால் அதிகம் விளக்க

முடியாத சிக்கல் அது. மார்க்ஸ் அனைத்தையும் விளக்கித்தான் ஆகவேண்டும் என்ற கட்டாயம் இல்லையே.

சாதியறிந்த மார்க்ஸ்:

இப்போது மார்க்சியம் தரும் இந்தியச் சாதி-வர்க்க சமன்பாட்டைக் காணலாம்.

"உலக வரலாறு முழுமையுமே வர்க்கங்களுக்கு இடையிலான போராட்டங்களின் வரலாறு." இது கம்யூனிஸ்ட் கட்சி அறிக்கை தரும் மிக முக்கியமான ஒரு விளக்கம்.

ஒடுக்கப்படும் வர்க்கங்கள் அதிகார வர்க்கங்களைத் தூக்கியெறிந்து விடுதலை பெறும். அது உழைக்கும் வர்க்கத்தின் தலைமையில்தான் நடக்கும். சமூகப் புரட்சியும் விடுதலையும் ஆகக்கீழாக ஒடுக்கப்பட்ட வர்க்கத்தின் எழுச்சியால்தான் நடைமுறைப்படுத்தப்படும்.

"ஆகக்கீழான நிலையில் உள்ள உழைக்கும் வர்க்கம் தனக்கு மேலிருந்து ஒடுக்கிவரும் அதிகார வர்க்கத்தைத் தூக்கியெறியாத வரை எழுச்சியுறவோ, மேலெழவோ முடியாது." (அறிக்கை). இந்தியாவின் ஆகக்கீழாக வைக்கப்பட்டுள்ள வர்க்கம் ஒடுக்கப்பட்ட சாதிகளால் அமைந்த வர்க்கம்தான்.

இப்போது நாம் மார்க்ஸ் இந்தியச் சமூகத்தின் அடிப்படை முரண்கள்-மோதல்கள் பற்றி விளக்குவதைப் பார்க்கலாம். "இந்தியாவை பிரிடிஷ் அரசு ரோமானிய அரசு கையாண்ட பிரித்தாளும் தந்திரத்தின் வழிதான் நூற்று ஐம்பது ஆண்டுகளாக ஆண்டு வருகிறது. இந்தியாவில் உள்ள பல்வேறு இனங்கள், பூர்வகுடிகள், சாதிகள், சமயப் பிரிவுகள், உள்நாட்டு அரசுகளுக்கு இடையிலான பகைமுரண்களைப் பயன்படுத்தி பிரிட்டிஷ் ஏகாதிபத்தியம் தன் அதிகாரத்தின் கீழ் உருவாக்கிய நாடுதான் இப்போதுள்ள இந்தியா." *(The revolt in the Indian army)*. மார்க்ஸ் விளக்கும் இந்தியச் சமூகப் பிரிவுகளிலும் முரண்களிலும் வர்க்கம் இடம்பெறவில்லை. இந்த விளக்கம்தான் மார்க்ஸ் இந்தியச் சமூக முரண் பற்றி முதல் முதலாகவும் கடைசியாகவும் தரும் விளக்கம். இதில் வர்க்கம் இடம்பெறவில்லை. சாதிப் பிரிவுகள் மற்றும் தீண்டாமை இரண்டும்தான் இந்தியாவை காலனிய ஆதிக்கத்திற்குள் செலுத்தியது என்பது சீர்திருத்த தேசியவாதிகள்கூட ஒப்புக்கொண்ட வரலாற்று உண்மை.

அடுத்து இந்தியாவில் பிரிடிஷ் ஆட்சி என்ற கட்டுரையில் "சாதிப் பிரிவுகள், அடிமைத்தனம் இரண்டாலும் சீரழிந்த சமூகம் இந்தியா. மனிதர்களை உயர்த்துவதற்குப் பதிலாக அவர்களை ஒடுக்கி வைத்திருக்கிறது. மாறாத ஒரு அடிமை விதியை அது உருவாக்கி வைத்துள்ளது. அது மனிதர்களைச் சமயவிதிகளின் முன் மண்டியிட வைத்து மனிதவிழுமியங்களை மாண்புகளை அழித்து வருகிறது" என்று குறிப்பிடுகிறார். (இது மொழிபெயர்ப்பு அல்ல கருத்துப் பெயர்ப்பு.)

இதன் ஆங்கில வடிவம், "We must not forget that these little communities were contaminated by distinctions of caste and by slavery, that they subjugated man to external circumstances instead of elevating man the sovereign of circumstances, that they transformed a self-developing social state into never changing natural destiny, and thus brought about a brutalizing worship of nature, exhibiting its degradation in the fact that man, the sovereign of nature, fell down on his knees..." (The British Rule in India).

இதில் குறிப்பிடப்படும் சாதிப் பிரிவு, அடிமைத்தனம், மாறாத விதி, சீரழிவு என்பவை எல்லாம் தீண்டாமைக்குட்பட்ட மக்களைப் பற்றியதுதான். மார்க்ஸ் தலித் அரசியலின் கருத்து அடிப்படையைத்தான் இங்கு அடையாளப்படுத்துகிறார். இந்தியா நவீனமடைய வேண்டுமெனில் அது சாதியற்றதாக, தீண்டாமைக் கொடுமையற்றதாக இருக்க வேண்டும் என்பதுதான் இதன் பொருள்.

இதனைக் கோட்பாட்டாக்கம் செய்யும் மார்க்ஸ், ஏங்கெல்ஸ் "வேலைப்பிரிவினை சாதி அமைப்பை உருவாக்கியது, சாதி அமைப்பே இந்தியச் சமூகத்தை இயக்கும் சக்தியாக உள்ளது. அதன் அரசும் மதங்களும்கூட அதனால் கட்டுப்படுத்தப்படுகிறது" என்று பொருள் விளக்கம் தருகின்றனர்.

When the crude form of the division of labour which is to be found among the Indians and Egyptians calls forth the caste-system in their state and religion, the historian believes that the caste-system is the power which has produced this crude social form. (Karl Marx and Frederick Engels. The German Ideology)

இந்திய அரசியலின் அடிப்படைச் சிக்கல் எது என்பதைத் தெளிவாகவும் கோபத்துடனும் குறிப்பிட்டுக் காட்டும் பகுதி

இது, "இந்தியாவில் நிலவும் பிரிவினை இஸ்லாமியர்-இந்துக்கள் என்பதுடன் நின்று விடுவதில்லை. அது ஒரு இனக்குழுவுக்கும் மற்றொரு இனக்குழுவுக்கும் இடையிலான பிரிவினையாக, ஒரு சாதிக்கும் இன்னொரு சாதிக்கும் இடையிலான பிரிவினையாக விரிந்து செல்கிறது. இச்சமூகத்தின் ஒவ்வொரு மனிதரும் மற்றவர் மீது காட்டும் பொதுவான வெறுப்பும், சமூக அமைப்பால் நியாயப்படுத்தப்பட்ட ஒதுக்குதலும் (தீண்டாமை) விதியாக மாற்றப்பட்டுள்ளது, அந்த இறுக்கமான சமன்பாட்டின் மீது கட்டப்பட்ட ஒரு சமூகம்தான் இந்தியச் சமூகம்." *A country not only divided between Mahommedan and Hindoo, but between tribe and tribe, between caste and caste; a society whose framework was based on a sort of equilibrium, resulting from a general repulsion and constitutional exclusiveness between all its members (The Future Results of British Rule in India).*

இதுதான் தலித் அரசியலின் அடிப்படை. இதனைத்தான் அம்பேத்கர் தீர்க்கவும், மாற்றவும் தன் வாழ்நாளைத் தந்தார்.

அவர் தன் மக்களுக்கான விடுதலைக்குப் போராட வேண்டும், அத்துடன் தன் மக்களை ஒடுக்கிவரும் சாதிகளையும் மாற்ற வேண்டும். அதற்கு ஒரு தேசிய-தேச நவீனத்துவத்தை உருவாக்கித் தரவேண்டும். ஒடுக்கும் வர்க்கத்தையும் திருத்தி மனித நிலைக்குக் கொண்டுவர வேண்டிய கடமையை ஏற்றுக்கொண்ட ஒரே ஒடுக்கப்பட்ட மக்களின் தலைவர் உலக அளவில் அம்பேத்கரைத் தவிர வேறு யாரும் இல்லை.

அவர் சாதி ஒழிப்பை தன் மக்களின் விடுதலைக்கானதாக மட்டுமே பார்க்கவில்லை, இந்தியாவை நவீனப்படுத்துவதற்கான தொடக்கமாகக் கண்டார். தன் கழுத்தை மிதித்துக் கொண்டிருக்கும் காலில் உள்ள புண்ணுக்கும் மருந்து என்ன என்று சிந்திக்கும் நிலைதான் அது. அவர் மாற்றத்தான் நினைத்தார் உடைத்தெரிய நினைக்கவில்லை. உடைத்தெரிவதால் இந்திய விடுதலையை உருவாக்க முடியாது என்பது அவருக்குத் தெரியும்.

ஒரு மகாத்மாவே அவரை எத்தனை அவமானப்படுத்தினார் என்பதை அனுபவித்தவர் அவர். சாதாத்மாக்கள் சாதியொழிப்பில் என்ன நிலையெடுப்பார்கள் என்பதும் அவருக்குத் தெரியும். தன் மக்களை எதிர்ப்பு உடையவர்களாக, போராட்ட அரசியல் உடையவர்களாக மாற்றிய அவர்தான் போரை, மோதலை,

ஆயுதப் போராட்டத்தை ஒரு அரசியல் முறையாக வைக்கவில்லை. தற்காப்பிற்காக ஒன்றுபடுவது, ஒன்றிணைந்து எழுந்து நிற்பது, உரிமையுடன் முன் செல்வது இவைதான் அவர் காட்டிய முறை.

அறிவு, பகுத்தறிவு, அறம், விடுதலைக்கான வேட்கை இதுதான் அவர் முன் வைத்த விழுமியங்கள். அம்பேத்கர் இந்தியச் சமூகத்தை ஒருவகையில் காப்பாற்றியிருக்கிறார். ஒடுக்கப்பட்ட மக்களை தேசிய-அரசியல் சட்ட அமைப்பிற்குள் இணைத்து நெடிய ஒரு பாதையை உருவாக்கித் தந்திருக்கிறார். இந்த அரசியல் ஒப்பந்தம் அமையாமல் போயிருந்தால் இன்று உள்ளது போல ஒடுக்கப்பட்ட சமூக மக்கள் அமைப்பாக இருந்திருக்க மாட்டார்கள். பிறகு...? இழக்க எதுவுமற்ற மக்கள் (மானம், மரியாதை உட்பட) என்ன செய்வார்களோ அதனையே தம் வாழ்வாக்கிக் கொண்டிருப்பார்கள்.

அதனால் அவர்களுக்கு அதிக பாதிப்பு வந்திருக்கக்கூடும், நாங்க மட்டும் சும்மா விரல் சூப்பிக் கொண்டு இருந்திருப்போமா என்று கேட்க விரும்பும் சாதிச் சன்மார்க்கிகளுக்குத் தெரியாது, இழக்க எதுவுமற்ற மக்கள் நவீன குற்றவியல் ஆயுதங்களைக் கையில் எடுக்கும்போது என்ன நடக்கும் என்பது. நான் இப்படிக் குறிப்பிடுவதற்கு வெட்கப்படுகிறேன். ஆனாலும் சொல்லாமல் இருக்க முடியாது. தலித் சமூகத்திற்கான சம உரிமைக்கான இடப்பங்கீட்டை இனி எந்தக் கட்சியாலும் நீக்கிவிட முடியாது. அப்படிச் செய்தால், இந்தியா இப்பொழுது உள்ளது போல இருக்காது.

இடஒதுக்கீடும், ஜனநாயக உரிமைகளும் ஒடுக்கப்பட்ட மக்களின் உழைப்பை விலையின்றி கொள்ளையிடுவதற்கான உத்திதான். ஒரு ஊரில் ஒரே ஒரு பெண், ஒரே ஒரு ஆண் படித்து வேலைக்குச் சென்று விட்டாலும் அந்த ஊர் (சேரிதான்) முழுக்க ஒரு நம்பிக்கை, ஜனநாயக அமைப்பு பற்றிய எதிர்பார்ப்பு பரவிவிடும். அந்த நம்பிக்கை அவர்களை ஓயாமல் உழைக்க வைக்கிறது. இந்திய அரசியலை ஏற்க வைக்கிறது. அந்த நம்பிக்கை ஊரையும், நாட்டையும் காப்பாற்றுகிற நம்பிக்கை. ஓயாத வன்முறைக்கும் வன்கொடுமைக்கும் ஆளானாலும் சட்டம், நீதி என்று எமது மக்கள் காத்திருப்பதற்கான அடிப்படை இதுதான்.

"எப்படியிருந்த போதும் இந்த அரசியல் சட்டம், ஜனநாயக அமைப்பு பாபாசாகேப் உருவாக்கியது, இதன் வழியாக நாம்

விடுதலை நோக்கிச் செல்ல முடியும்." என்ற நம்பிக்கை. இது மக்கள் வழக்காறாக, வாய்மொழி மரபாக மாறியிருப்பது சாதி இந்துக்கள், இந்துச் சாதிகள் எத்தனை பேருக்கத் தெரியும் என்று தெரியவில்லை.

ஆனால் ஒன்றை மட்டும் சொல்லி அடுத்த பகுதிக்குச் செல்கிறேன். ஒடுக்கப்பட்ட மக்கள் நம்பிக்கை இழந்தால் நாட்டு பகுதியில் யாரும் நிம்மதியாக நடமாட முடியாது, இனக்குழு மக்கள் நம்பிக்கை இழந்தால் காட்டில் இருந்து ஒரு நீர் ஓடைகூட சமவெளிகளுக்கு வராது.

இந்த நம்பிக்கையை அளிப்பதுதான் நவீன தேசியம், தேச அரசு, ஜனநாயக அமைப்பு. இதுவரை நம்பிக்கையை மட்டும்தான் தந்துள்ளதே தவிர வேறு எதையும் தரவில்லை.

ஒடுக்கப்பட்ட மக்களை உள்ளடக்க, அவர்களுக்கும் நம்பிக்கை அளிக்க காங்கிரஸ் செய்த உத்திதான் அம்பேத்கரை அரசியல் சட்ட வரைவுக்குழுவின் தலைவராக்கியது.

மீண்டும் மார்க்சிடம்:

'யார் நம்மைக் கம்யூனிஸட் ஆக்கியது' என்ற பகுதிக்கு மீண்டும் செல்வோம். அடக்குமுறைக்கும் அடிமைத்தனத்திற்கும் எதிரான குணமே ஒருவரைக் கம்யூனிஸ்டாக மாற்றுகிறது, விடுதலைக்கான, சமத்துவச் சமூகத்திற்கான போராட்டமே ஒருவரை கம்யூனிஸ்டாக மாற்றுகிறது. அது வர்க்க உணர்வால், வர்க்க அறிவால் உருவாகிற அரசியல் பிரக்ஞை.

அய்ரோப்பியச் சூழலில் வர்க்கம் என்றால் இந்தியச் சூழலில் சாதிதானே. யார் யாரை ஒடுக்குவது, யார் யாரைச் சுரண்டுகிறார்கள், யார் யாரை ஒடுக்குகிறார்கள், யாரிடமிருந்து யாருக்கு விடுதலை, நான் ஒடுக்குகிற இடத்தில் இருக்கிறேனா, அல்லது ஒடுக்கப்படும் சமூகத்தில் இருக்கிறேனா என்பது தெரியாமல் ஒருவர் வர்க்கப் பார்வை பெற முடியுமா? ஒருவர் மார்க்சிஸ்டாக, கம்யூனிஸ்டாக ஆக முடியுமா?

சாதி என்ற இந்திய வர்க்க அமைப்பு ஒன்றிரண்டாக இன்றி ஒரு நூறாக உள்ள நிலையில் செய்ய வேண்டியது என்ன என்று எப்படித் திட்டமிடுவது, வர்க்கம் உருவாகாத முன்பு வர்க்கப் புரட்சிக்காக எப்படித் திட்டமிடுவது. மார்க்ஸ் சாதிகள்

வர்க்கங்களாக மாறுவதற்கு தொழில் மயமாக்கம், இயந்திர மயமாக்கம் உதவும் என்று ஒரு நம்பிக்கை வைத்தார்.

தனக்கே உரிய சிறு கிண்டலுடன் "ரயில்வே இந்தியாவில் அறிமுகமாகிறது, இது போன்று நவீனத் தொழில்கள் இந்தியாவில் அறிமுகமாகும் போது பரம்பரையான வேலைப்பிரிவினையால் அமைந்த சாதிகள் மறையும். இந்தியாவின் வளர்ச்சிக்குத் தடையாக உள்ள, அதன் அரசியல் அதிகாரத்தைத் தடுக்கும் சாதி அமைப்பு அழியும்." *[Modern industry, resulting from the railway system, will dissolve the hereditary divisions of labor, upon which rest the Indian castes, those decisive impediments to Indian progress and Indian power. (The Future Results of British Rule in India)]*

மார்க்ஸ் இப்படித்தான் ஜெர்மனியில் இருந்து பாட்டாளி வர்க்கப் புரட்சி தொடங்கும் என்றார், பின் இங்கிலாந்து பாட்டாளி வர்க்கம் உலகப் புரட்சியை முன்னெடுக்கும் என்றார். இதெல்லாம் அந்தக் கால-இட-நில நடப்புகள் சார்ந்த கணிப்பு, அதில் ஆசைகளும் வெளிப்படும்.

எது எப்படியிருந்தாலும் உலகின் மிகப்பெரும் ரயில்வேயில் இருப்புப் பாதையில் மலம் அள்ளும் வேலை, கழிப்பறை சுத்தம் செய்யும் வேலை மட்டும்தான் ஒடுக்கப்பட்ட மக்களுக்கென ஒதுக்கப்பட்டுள்ளது. "உணவு வழங்கும் பிரிவில் ஒடுக்கப்பட்ட மக்களை நாங்கள் அனுமதிப்பதில்லை அதனால் அடிக்கடி பிரச்சினைகள் உருவாகும். அவர்களைப் பார்த்தவுடன் உயர்சாதிப் பயணிகள் சிலர் கண்டு பிடித்துவிடுவார்கள். பேசினால் சந்தேகத்திற்கு இடமின்றி தெரிந்துகொண்டு எதையும் வாங்கமாட்டார்கள்." இது ரயில்வே உணவுப்பிரிவில் மேற்பார்வையாளராக இருக்கும் ஒருவர் சொன்னது. (விதிவிலக்குகள் இருக்கலாம், வெள்ளையாக இருந்தால்.)

சேரியைக் கொளுத்தி விட்டு ஒரு மாதகாலம் ரயிலிலேயே இந்தியா முழுக்க அலைந்து தப்பித்த ஆதிக்கச் சாதி குண்டர்கள், ரயில் முழுக்க பிணங்களை நிறைத்த படுகொலைகள், ரயில் எரிப்பு வழியாக தொடங்கப்படும் மதவெறிக் கொலைகள் பற்றி மார்க்ஸ் கேட்டால் என்ன சொல்லுவார். இந்தியாவில் இந்து மதம் நவீன வடிவில் பிரம்மாண்டமாக எழுந்து வந்ததற்கு காசி முதல் ராமேஸ்வரம் வரை இணைத்த ரயில்களுக்கு முக்கியப் பங்குண்டு, இந்தியா முழுக்க பக்திப் பயணிகள்தான் ரயில் பயணிகளில் 70

சதவிகிதம், இதையெல்லாம் புள்ளி விபரத்துடன் ஏங்கெல்ஸ் படித்தால் என்ன எழுதுவார்? அவற்றை கற்பனைக்கு விட்டுவிட்டு நடப்பியலுக்கு வருவோம்.

மார்க்சியம், அம்பேத்கரியம் என்பதெல்லாம் சமூக மாற்றம், விடுதலைக்கான கருத்தியல்கள். கால, இட, சமூக வடிவங்களுக்கேற்ப அவற்றின் கண்டறிதல்கள் கோட்பாடுகள், வழிமுறைகள் மாறும். ஆனால் அவை விடுதலைக் கருத்தியல்கள். இந்திய அரசியலில் சாதியே வர்க்கப் போராட்டக் களம் என்பதை அறிந்து சொன்ன மார்க்சியம் அம்பேத்கரிடமிருந்துதான் மேலும் கற்க வேண்டும்.

வருத்தமளிக்கும் வாசகம்:

சாதி என்ற சொல்லை மார்க்ஸ் 6, 7 முறைதான் பயன்படுத்தியிருக் கிறார். அவருக்குச் சேரி, ஊர் பற்றியோ, தீண்டாமையின் செயல்முறைகள் பற்றியோ தெரியாது. அடிமை முறை, சமூக ஒதுக்குதல், பரம்பரையாகக் கெட்டி தட்டிய வேலைப் பிரிவு என்ற தொடர்களில்தான் அவற்றை விளக்க முடியும்.

அதேபோல் அவர் கருப்பின மக்களின் அரசியல் பற்றி, விடுதலை பற்றி விரிவாக எதையும் எழுதிவிடவில்லை. அமெரிக்காவின் பொருளாதாரம் அடிமை முறை உழைப்பால் உருவானது, ஆப்பிரிக்க நாடுகளை அய்ரோப்பிய நாடுகள் பிழிந்து எடுத்து விழுங்கிவருகின்றன என்பதெல்லாம் அவருக்குத் தெரியும். ஆனால் அவை பற்றி அவரால் விரிவாக எழுத முடியவில்லை. மார்க்ஸ்-ஏங்கெல்ஸ் இருவருக்கும் கருப்பின மக்கள் பற்றிய தொலைவழிக் கல்விதான். கிண்டல் நிறைந்த பார்வையும் அவர்களிடம் உண்டு.

மார்க்சின் சிந்தனை ஆற்றலைக் கண்ட சில அறிஞர்கள் என்ன இருந்தாலும் யூத மூளையல்லவா என்று வியந்துள்ளனர். மார்க்ஸ், ஃபிராய்ட், அய்ன்ஸ்டைன், தெரிதா என உலகச் சிந்தனைகளை மாற்றியவர்கள் எல்லாம் யூதர்கள் தெரியுமா? என்று விளையாட்டாகக் கேட்பார்கள் யூத அறிஞர்கள். ஆம் உலக வரலாற்றை மாற்றிய யேசு கூட யூத இனத்தவர்தான். இதை இந்த இடத்தில் நிறுத்திவிட்டு, மார்க்ஸ் காலம் கடந்து, இடம் கடந்து இயங்கும் கருத்தியல் என்பதை மறுத்து, வரலாற்று இயங்கியல் பொருள்முதல்வாத அணுகுமுறையை ஏற்றவர். அந்த வகையில் இந்தியாவின் சாதிகள் பற்றி, அதன் சமூக இயங்கியல் பற்றி 1916இல் அம்பேத்கர் அளித்த 'இந்தியாவின் சாதிகள்:

இயங்குமுறை, தோற்றம் அதன் விரிவாக்கம்' என்ற ஆய்வைக் கற்கவே விரும்புவார். சாதியழிப்பு (1936) நூலை ஊன்றிக் கற்கவே செய்வார்.

அத்துடன் இந்தியாவின் ஆகக்கீழான ஒடுக்கப்பட்ட மக்கள் தங்களில் ஒருவரான நவீன இந்தியாவின் விடுதலைக்கு உருவம் தந்த அம்பேத்கரையே தமது தலைவராக, பாபாசாகேபாக, அண்ணலாக சில இடங்களில் போதிச் சத்வராக ஏற்றுக் கொள்வார்கள். மார்க்ஸ் நிச்சயம் இதனைப் புரிந்து கொள்வார்.

அவர் புத்தரைப் புராதனப் புரட்சியின் வடிவம் என்று ஒப்புக் கொள்வார். ஸ்பார்டகசை வரலாற்று நாயகனாக ஏற்ற இரு பெரும் சிந்தனையாளர்கள் ஒருவருக்கு ஒருவர் பகைமுரணாக மாட்டார்கள். "அடிமைப்பட்டிருக்கிற ஒருவனிடம் சொல் நீ அடிமையாக இருக்கிறாய் என்று, அவர் புரட்சியாளனாகிறான்." அம்பேத்கரின் வாசகம். இந்தியாவின் புரட்சி அடிமைப்படுத்தியவர்கள் தலைமையில்தான் நடக்க வேண்டும் எனத் தலைவிதி இருக்கிறதா என்ன?

சாதி கடந்த மார்க்சியர்கள் அம்பேத்கரை கற்று சாதி நீக்கம் செய்து கொள்ளட்டும். அது அவ்வளவு இலகுவான செயல்முறை அல்ல என்பதால்தான் அவர் புத்த நெறியை இடைக்கால அரசியலாகப் பரிந்துரைத்தார். அதாவது சாதி மறுத்த, சாதி நீக்கம் பெற்ற பிற சாதிமீற முடியாத முற்போக்காளர்களும் இணைந்த ஒரு சாதியற்ற அமைப்பு.

இதனை தலித்துகளுக்கு மட்டும் அவர் சொன்னதாகப் புரிந்து கொண்ட முற்போக்கு அறிவாளிகள் அம்பேத்கர் பௌத்தம் சாதி ஒழிப்பிற்கும், தலித் விடுதலைக்கும் வழி என்றார், இன்றும் எதுவும் மாறவில்லையே. புத்தம் செத்தது கச்சாமி! என்று கொள்கை முழக்கம் செய்கிறார்கள்.

இன்று நான் பௌத்தர் என்றால் "நீங்கள் மகாரா, மராத்தியா" என்று கேட்கும் அளவுக்கு பௌத்தம் தலித் அடையாளமாக மாறிவிட்டது. இடைநிலைச் சாதிகள், சாதி மறுக்கும் (?) சாதியினர் யாரும் பௌத்தத்திற்குச் செல்லவில்லை. அண்ணல் அதனை அனைவருக்குமான வழியாக, சமூகப் பண்பாட்டு வெளியாகத்தான் முன்வைத்தார். தீண்டாதார் கைப்பட்ட தேரைக்கூட எரித்துவிட்டு புதிய தேர் செய்யும் இந்திய வழக்கப்படி புத்தமும் கைவிடப்பட்டது.

ஆம் ஒருநாள் இதுவும்கூட நடக்கலாம். மார்க்ஸிசம் எங்களுக்கானது என்று தலித் அரசியல் தழுவிக்கொள்ளுமானால் அப்போது மார்க்சும் பிறசாதி முற்போக்காளர்களால் கைவிடப்படலாம். (விடுதலைச் சிறுத்தைகள் கருத்தியலில் மார்க்ஸ் இணைந்துள்ளதை ஏளனமாகப் பார்க்கும் முற்போக்காளர்களை நான் சொல்லவில்லை.) புத்தர், அம்பேத்கர், மார்க்ஸ், பெரியார் அனைவரிடமிருந்தும் கற்போம் என்பதுதான் விடுதலை அரசியல்.

வருத்தமாகத்தான் உள்ளது, இருந்தாலும், சாதி கடந்து வாருங்கள் மார்க்சிய மாணவர்களே! அம்பேத்கரைக் கற்கத்தொடங்கும் போது இந்திய வரலாற்றையும், இந்திய வாழ்வையும், சாதியின் இன்றைய நிலையையும் நினைவில் கொண்டு வாருங்கள். மாறுதலுக்கான அரசியலை நமது அறிவில் நிகழும் மாற்றத்திலிருந்தான் தொடங்க வேண்டும். அத்துடன் இன்னும் கொஞ்சம் பொறுப்புடன் மார்க்சையும் படியுங்கள். கற்பதும் விடுதலைக்கான ஒரு வழிதான்.

சுருக்கமான ஓர் ஒப்பந்தம்:

அம்பேத்கரை இன்னும் கற்வோ, புரிந்து கொள்ளவோ, நடைமுறைப்படுத்தவோ தொடங்காத ஒரு சமூகத்தில் அது காலம் கடந்த கருத்தியல் என்றும் அது பொய்த்துவிட்டது என்றும் ஒருவர் சொல்வதை மார்க்சியர்கள் ஏற்பார்களானால், சோவியத், கிழக்கு அய்ரோப்பிய உடைவுக்குப்பிறகு மார்க்சியம் மடிந்தது, கம்யூனிசம் காணாமல் போனது, தொழிலாளர் வர்க்கம் தொலைந்தே போனது, பாட்டாளி வர்க்க சர்வாதிகாரம் பாடையில் ஏறியது என்ற பாசிசக் குரல்களை சுவர் எழுத்துகளாக எழுதிக் களிப்பார்கள் விடுதலைக்கு எதிரான ஆதிக்கவாதிகள்.

கம்யூனிசம் என்ற பேய் ஐரோப்பாவை ஆட்டிப்படைத்தது போல 'சாதிகெட்ட இந்தியா' பற்றிய கனவு நம்மை உள்ளாக ஆட்டிப்படைக்கிறதா என்று சாதி மனம் கொண்ட அனைவரும் சுயமதிப்பீடு செய்து கொள்ளத்தான் வேண்டும்.

விடுதலைக்கான வழி ஒற்றையடிப்பாதையல்ல, அது ஒருவருக்குள் அடங்குவதும் இல்லை. புத்தர் வேண்டும், அம்பேத்கர் வேண்டும், மார்க்ஸ் வேண்டும், பெரியாரியம் வேண்டும், பெண்ணியம் வேண்டும், கருப்பினப் போராளிகளின் கனவுகள் வேண்டும். அதற்கும் மேலாகப் போராடுவதற்கு மக்கள் வேண்டும், போராட்டங்களை வழி நடத்த கட்சி வேண்டும், அதற்கான

கருத்தியல் தலைமை வேண்டும். அந்தத் தலைமை தலித் தலைமையாக மாறிவிடக்கூடாது என்று கவனமாக இருப்பதல்ல மார்க்சியம்.

பூர்வ பௌத்தரும் புரட்சி பௌத்தரும்

"இந்தியச் சமூகக் கட்டமைப்பைப் பொறுத்தவரையில் மானுடம் சிறிய சிறிய சாதிக் குழுக்களாகச் சிதறிக் கிடக்கின்றன. இவற்றைக் காக்கும் பெரும்பணியை 'இந்து மதம்' என்னும் பெரிய நிறுவனம் நிறைவேற்றி வருகிறது. சாதிக் குழுக்களைச் சார்ந்த ஒவ்வொருவரும் இந்து மதம் என்னும் நிறுவனமயமான ஒரு பேரமைப்பின் ஆளுமைக்குக் கட்டுப்பட்டவர்களாக உள்ளனர். இதனால், சமத்துவத்திற்கும் சனநாயகத்திற்கும் எதிரான போக்குகளை எதிர்க்கும் வலுவில்லாதவர்களாக உள்ளனர். சாதியும் மதமும் பரந்துபட்ட சனநாயகத்தை அதாவது, உழைக்கும் வர்க்கத்திற்கான சாதி கடந்த சனநாயகத்தை அனுமதிப்பதில்லை."

"சாதியும் மதமும் பண்பாட்டுத் தளங்களில் மட்டுமின்றி அரசியல் தளங்களிலும் ஆதிக்கம் செலுத்துகின்றன. தமக்கான 'அரசு' கட்டமைப்பை உருவாக்கிக் கொள்கின்றன. இதனால், சனநாயகமும் சமத்துவமும் பரவலாக்கப்பட இயலாத நிலை உள்ளது. இத்தகைய நிலையில்தான் உழைக்கும் வர்க்கத்திற்கு, ஒடுக்கப்பட்ட வகுப்பினருக்கு, சிறுபான்மையினருக்குச் சனநாயகத்தைப் பரவலாக்கிட, சமத்துவத்தை வென்றெடுத்திட, அதற்கு அதிகாரங்களைப் பகிர்ந்துகொள்ள அமைப்பாய்த் திரண்டு போராடவேண்டியுள்ளது. யார்யாரெல்லாம் சனநாயகம் மறுக்கப்பட்டவர்களோ, சமத்துவம் மறுக்கப்பட்டவர்களோ, தொடர்ந்து நசுக்கப்பட்டு வரும், சுரண்டப்பட்டுவரும் பிரிவினரோ, அவர்கள் அனைவரையும் ஒரு கட்டமைப்புக்குள் அணிதிரட்ட வேண்டியுள்ளது."
(தொல்.திருமாவளவன், அமைப்பாய்த் திரள்வோம், 2018)

1

அமைப்பாய்த் திரள வேண்டியதின் தேவை, அமைப்பாய்த் திரள வேண்டியவர்கள் யார் என்பதை இதைவிடத் தெளிவாகவும், எளிமையாகவும் சொல்லிவிட முடியாது. அமைப்பாய்த்

திரளுதலின் பூர்வ வடிவம் பௌத்த சங்கம், அது தற்கால வடிவம் பெறும்போது புரட்சி பௌத்தமாக புதிய அரசியலாக இயக்கம் பெறுகிறது. அமைப்பாய்த் திரளுவது அரசியல் அழைப்பு மட்டுமல்ல, சனநாயகம், சமத்துவம் நோக்கிய இயக்கம் மட்டுமல்ல, இந்தியச் சமூகத்தில் ஒவ்வொருவரும் மனிதர்களாக மாற, தன்மதிப்புடைய மனிதர்களாக வாழ, மனித அடையாளம் பெறத் தேவையான அடிப்படைச் செயல்பாடு.

இந்தியச் சமூகத்தின் பொருளாதார, அரசியல் தளத்தில் மட்டுமின்றி பண்பாடு, தனிமனித உளவியல், சிந்தனை முறை, அறிதல் முறை, அறிவியல் நோக்கு, அழகியல் உணர்வுகள், அற உணர்வுகள் அனைத்தையும் சாதி அடையாளமும், சாதிக் கட்டமைப்பும் தனக்கே உரிய முறையில் சிதைத்து ஊனப்படுத்தியுள்ளது. சாதி அமைப்பு உழைக்கும் மக்களையும் வாழ்வாதாரங்களை உற்பத்தி செய்யும் மக்கள் குழுக்களையும் தீண்டாமை, சமூக ஒதுக்கம் என்ற தண்டனை மூலம் மனித நிலைக்கு வெளியே உள்ளவர்களாக, மனித மதிப்பு அற்றவர்களாக மாற்றி வைத்திருக்கிறது.

மனிதர்களாக வாழும் நம் மக்கள் மனித மாண்புடையவர்களாக வாழ்வதைத் தடுப்பதன் மூலம் சாதி காக்கும், சாதி போற்றும் மக்கள் குழுக்கள் மனிதத் தன்மையற்றவர்களாக மனிதத் தன்மைக்கு எதிரானவர்களாகத் தம்மை வைத்துக் கொண்டுள்ளனர். சாதி உளவியல் அவர்களை வன்முறையாளர்களாக, வன்முறையை நியாயப்படுத்துபவர்களாக மாற்றி வைத்துள்ளதால் அறிவுக்கும், அறிவியலுக்கும், உண்மைக்கும் எதிரானவர்களாகச் செயல்படுவதுடன் அதனைத் தம் பெருமிதமாகவும் அடையாளமாகவும் கொண்டாடும் பகுத்தறிவற்ற வாழ்வை வாழ வேண்டியுள்ளது.

உண்மைக்கும் அறிவுக்கும் எதிரான வாழ்வையும், வழக்காறுகளையும் அவர்களுக்குள் பதிய வைத்து அதனைத் தொடர்ந்து பாதுகாத்து வரும் கொடுமையான பணியை நிறைவேற்றி வரும் நிறுவனம்தான் 'இந்து மதம்'. இதற்கெதிரான போராட்டம்தான் மனிதர்களாக மாறுவதற்கான போராட்டம், அந்தப் போராட்டம்தான் சனநாயகத்தையும் சமத்துவத்தையும் உருவாக்கியளிக்கும் போராட்டம். வரலாற்றில் தொடர்ந்து நசுக்கப்பட்டு வரும், சுரண்டப்பட்டுவரும் மக்களின் அரசியல் அதனால்தான் அனைவரையும் மனிதர்களாக மாற்றுவதற்கான அரசியலாக உள்ளது. இந்திய வாழ்வின் அடிப்படையை

மாற்றியமைக்கும் அரசியலாக 'தலித் அரசியல்' (பூர்வபௌத்த அரசியல்) இருப்பதற்கான காரணமும் அதுதான்.

"சமத்துவத்திற்கும் சனநாயகத்திற்கும் எதிரான போக்குகளை எதிர்க்கும் வலுவில்லாமல்" இருப்பவர்களை மாற்றி சனநாயக, சமத்துவச் சக்திகளாக உருவாக்குவது; சமத்துவமும் சனநாயகமும் உருவாவதைத் தடுத்துப் பேரழிவைச் செய்து வரும் சக்திகளை ஆற்றலழித்து, அதிகாரமற்றவர்களாக மாற்றுவது; சமத்துவத்தையும் சனநாயகத்தையும் நேசிக்கும் மக்களை உருவாக்குவது என பலகட்டப் பணிகளை, பலமடங்குச் சுமைகொண்ட பணிகளைத் தன்னுள் அடக்கியுள்ளதால்தான் தலித் அரசியல் இந்தியாவில் உருவான எந்த நவீன அரசியல் இயக்கத்தை விடவும், அமைப்பை விடவும் உண்மை சார்ந்ததாக, பகுத்தறிவு, அறிவியல், மனித அறம், சமநீதி என்ற பெரும் விழுமியங்களைக் கொண்டதாக இருந்து வருகிறது.

இதனை ஆசான் அயோத்திதாசர் வித்தை, புத்தி, ஈகை, சன்மார்க்கம் கொண்ட சாதி பேதமற்ற பௌத்தர்களின் அரசியல் என்கிறார். அண்ணல் அம்பேத்கர் சுதந்திரம், சமத்துவம், சகோதரத்துவம், சமநீதி கொண்ட ஆய்ந்தறிந்த "பேரறிவாளர்களின் அரசியல்" என்கிறார். "தன் சாதி, வர்க்கத்தின் நலனைத் தவிர வேறு எதையும் மதிக்காத பிராமணர்கள் (ஆதிக்கச் சாதியினர்) எத்தனை நூல்களைக் கற்றாலும் அவர்கள் அறிவுடையோராக, ஆய்ந்தறிந்தவர்களாக ஆவதில்லை. அவர்கள் வெறும் கற்றறிந்தவர்கள்தான். கற்றறிதலும் ஆய்ந்தறிந்த அறிவினோர் ஆவதும் முற்றிலும் வேறுவேறானவை. தன் சாதி, தன் வர்க்கம் எனச் சிந்தித்து அதன் நலனுக்காக மட்டும் வாழும் ஒருவர் எப்பொழுதும் அறிவுடையோராக, அறிஞராக மாறுவதில்லை. அறிவுடையோர், ஆய்வறிவு கொண்டோர் விடுதலை உணர்வு கொண்டவராக, சாதி-வர்க்கத்தைக் கடந்து உண்மைகளை உரைப்பவராக இருக்க வேண்டும்" என்பது அம்பேத்கரின் வரைவிலக்கணம்.

இதனை வள்ளுவ மரபு "அறிவினால் ஆகுவதுண்டோ பிறிதின் நோய் தன்னோய்போல் போற்றாக் கடை" என உரத்துச் சொல்கிறது. அதனால்தான் சனாதனமோ, இந்து மதமோ, பிராமணியமோ, சாதி காக்கும் மரபுகளோ அறிவுடையதாக இருப்பதும் இல்லை, ஆக முயல்வதும் இல்லை.

ஏனெனில் சாதியும், வர்ண வேற்றுமைகளும் உண்மைக்கும் அறிவுக்கும் மாறானவை, பொய்யின் மீது கட்டப்பட்டவை. பொய்களின் மீது கட்டப்பட்டு, பொய்யை தெய்வீகமாகக் கொண்டாடும் ஒரு சமூகம் அறிவுக்கும், அறிவியலுக்கும் எதிரானது, அறம் பற்றிப் பேசத் தகுதியற்றது. இந்த மெய்மொழியின் அடிப்படையில்தான் அம்பேத்கர் சனாதன, பிராமண, இந்துச் சமய மரபில் இதுவரை அறிஞர்கள் யாரும் உருவாகவில்லை என்று சொல்வதுடன் அவர்களால் உண்மையை, அறிவை, உயர் நெறிகளை உணரவோ, உரைக்கவோ முடியாது என்றும் நிறுவுகிறார்.

தாமே உருவாக்கிய பொய்களையே மெய்யெனக் கற்றுச் சொல்லும் மெய்யழிப்பு மரபைச் சார்ந்த சனாதன, இந்து மரபின் கற்றுச் சொல்லிகளை 'எதிர்ப் புரட்சியாளர்கள்' என்கிறார். அதாவது இந்தியாவின் சனநாயக, சமத்துவப் புரட்சியை உருவாக்கி, அற அரசியலாக இருந்த "பௌத்த சமூக அமைப்பையும், அரசியலையும் அழித்த, ஒடுக்கிய எதிர்ப்புரட்சியாளர்கள்" என்று விளக்குகிறார். அம்பேத்கரைப் பொறுத்தவரை "இந்தியாவில் புரட்சி புதியதில்லை, இந்தியாவில் இனிதான் சமூக, அரசியல் புரட்சி ஏற்படவேண்டும் என்று இல்லை" 2500 ஆண்டுகளுக்கு முன் தொடங்கி, பல நூற்றாண்டுகள் நிலவிய பௌத்தப் புரட்சியை மீண்டும் கண்டுணர்ந்து, மீட்டெடுத்தாலே போதும் நம் காலத்தின் விடுதலை அரசியல் உருவாகிவிடும். அதாவது தற்போதுள்ள இந்து, பிராமண எதிர்ப்புரட்சி சக்திகளை ஆற்றலழித்து, அதிகாரம் அழித்து தொன்மையான பௌத்த வரலாற்றை மீட்டெடுத்தாலே இந்தியப் புரட்சி மெய்ப்பட்டு, இந்தியப் புதிய வாழ்வு தொடங்கிவிடும். இந்தப் பூர்வ பௌத்த மரபை கண்டு சொன்ன, மாபெறும் மறுகண்டுபிடிப்பு செய்த அயோத்திதாசரின் ஆய்வை அடுத்த நிலைக்குக் கொண்டு செல்லும் அம்பேத்கர் புரட்சி பௌத்தத்தை உருவாக்கித் தருகிறார்.

"சமயத்தின் நோக்கம் உலகின் தோற்றத்தை விளக்கிக் கொண்டிருப்பது. (ஆனால்) தம்மத்தின் நோக்கமோ உலகை மறுஉருவாக்கம் (புத்தாக்கம்) செய்வது." (புத்தரும் அவரது தம்மமும்) என மார்க்சியத்தின் செயல் நிலை கொண்ட அரசியலாகத் தம் தம்மத்தை (புரட்சி பௌத்தத்தை) அம்பேத்கர் உருவாக்குகிறார். இதனை 'இந்தியக் கம்யூனிசம்' என்றும் அதனை உருவாக்க பௌத்தமே சிறந்த வழி என்றும் முன்மொழிந்து சமத்துவச்

சமூகத்தை அமைக்க மார்க்சியத்தை விட ஆற்றல்கொண்ட மெய்யறிவு, கோட்பாடு பௌத்தம் எனவும் விளக்குகிறார். உலக வரலாற்றை 'வர்க்கப் போர்களின் வரலாறு' என்று மார்க்சியம் விளக்கியதை "இந்திய வரலாறு வர்ண சாதிகளுக்கு இடையிலான ஆதிக்கப் போர்களின் வரலாறு" எனவும் "இந்திய அரசியல் வரலாறு முழுமையுமே சாதியற்ற (புரட்சிகர) பௌத்தத்திற்கும் சாதி காக்கும் சனாதன-பிராமணியத்திற்கும் இடையிலான போர்களின் வரலாறு" என்றும் அடையாளப்படுத்துகிறார்.

"வரலாற்று அடிப்படையில் பிராமண இந்தியா, புத்த இந்தியா, இந்து இந்தியா என மூன்று இந்தியா இருந்து வந்துள்ளது, அவற்றிற்கெனத் தனித்தனியான பண்பாட்டு கட்டமைப்புகள் இருந்தன. பொதுவாகச் சொல்லப்படும் ஒட்டு மொத்த இந்தியப் பண்பாடு என ஒன்று எப்போதும் இருந்ததில்லை. இஸ்லாமியர் நிலம் புகுவதற்கு முன் இந்திய வரலாறு பிராமணியத்திற்கும் பௌத்தத்திற்கும் இடையிலான வாழ்வா சாவா போர்களின் வரலாறுதான். உண்மையான இந்திய வரலாற்றை நான் இப்படித்தான் விளக்குவேன்: அது 'பௌத்த நிலத்தின் மீதான பிராமணியத்தின் ஆக்கிரமிப்புப் போர்களின் வரலாறு, அது பௌத்த அரசியலை பிராமணியம் அடக்கி வெற்றி கொண்ட வரலாறு" (இந்தியாவில் புரட்சியும் எதிர்ப்புரட்சியும்) எனத் தெளிவுபடுத்தி இந்தியப் புரட்சியின் தொடக்கமும் அறவழி அடையாளமும் பௌத்தமே என்று நிறுவுகிறார். "கௌதம புத்தரே முதல் சமூகப் புரட்சியாளர், புரட்சியாளர்களில் ஆகச் சிறந்தவர். சமூகப் புரட்சி பற்றிய எந்த வரலாறும் அவரிடமிருந்தே தொடங்க வேண்டும். அவருடைய மாபெரும் சாதனைகளை மறைத்துவிட்டு எழுதப்படும் இந்தியாவின் சமூகச் சீர்த்திருத்தங்களின் எந்த வரலாறும் முழுமையானதாக இருக்காது" எனத் தன் அரசியல் முன்னோடியை அடையாளம் காட்டுகிறார். சமூகப் புரட்சியின் வரலாற்றுடன் பௌத்த வரலாற்றை இணைப்பதுடன் மட்டும் நில்லாது அதனை தீண்டாமைக்குட்படுத்தப்பட்ட மக்களின் வரலாற்றுடன் இணைத்து இந்திய வரலாற்றில் மறைக்கப்பட்ட ஒரு வரலாற்றைப் புலப்படுத்தி 'பூர்வ பௌத்த' அரசியலை நிறுவுகிறார்.

தமிழில் அயோத்திதாசர் தொடங்கி வைத்த வரலாற்று மீளுருவாக்கம் அம்பேத்கரிடம் இந்தியப் பெருநிலை அரசியலாக விரிவடைகிறது. "கி.பி. 400 ஆண்டு அளவில் தீண்டாமை

தோன்றியிருக்கக்கூடும் என ஓரளவு நம்பிக்கையுடன் நாம் கூற முடியும். பிராமணியத்திற்கும் பௌத்தத்திற்கும் இடையிலான மேலாதிக்கப் போராட்டத்தின் விளைவாகவே தீண்டாமை தோன்றியது. இந்தியாவின் வரலாற்றுப் போக்கையே மாற்றிய நிகழ்வுப் போக்கு இது..." "தோற்கடிக்கப்பட்ட பௌத்தர்களே தீண்டாமைக்குட்பட்ட மக்கள்" (தீண்டாமைக்குட்பட்ட மக்கள் யார்? அவர்கள் எவ்வாறு தீண்டாமைக்குட்பட்டவர்களாக மாறினர், அம்பேத்கர் நூல் தொகுதி-7) என்ற கண்டறிதல் வழியாக பூர்வ பௌத்தர்கள் என்ற அயோத்திதாசரின் அடையாளப்படுத்தலை உறுதிப்படுத்திய அம்பேத்கர் விடுதலைக்கான அரசியலை புரட்சி பௌத்தமாக வளர்த்தெடுக்கிறார்.

2

அம்பேத்கர் தனது மெய்யான அரசியலையும் அதன் அடிப்படையையும் புலப்படுத்தவும் அறிவிக்கவும் நெடிய காலத்தை எடுத்துக் கொண்டார். 1956இல் பௌத்த தம்மத்தை அவர் ஏற்ற நிகழ்வுக்குப் பின்புலமாக நெடிய ஆய்வும், தேடலும் உள்ளது. தம் காலத்தில் மட்டுமின்றி இன்றும் உள்ள ஆய்வறிஞர்கள் யாரையும் விட அதிகம் கற்றவரும், மேலதிக ஆய்வுகளைச் செய்தவருமான அம்பேத்கர் பௌத்தத்தை உணர்வெழுச்சியின் அடிப்படையில் ஏற்கவில்லை, அதனைத் தம் மக்களுக்கு ஒரு சடங்குச் சமயமாக வழங்கவில்லை.

தனது குரு என புத்தரை இளம் வயதிலிருந்து ஏற்றிருந்தாலும் உலக அரசியலையும், வரலாறுகளையும், மதங்களையும் முழுமையாக ஆய்ந்தறிந்தும், பகுத்தும் தொகுத்தும் ஆய்வு செய்த பிறகே பௌத்தத்தைத் தம் மக்களுக்கான விடுதலைக்கான பாதை எனப் பரிந்துரைக்கிறார், அதனை வரலாற்று மெய்யாக நிறுவுகிறார். தம்மத்திற்கு மாறுவதற்கு முன்பே தான் நிறுவிய கல்லூரிக்கு சித்தார்த்தா கல்லூரி (1945) எனவும் தனது இல்லத்திற்கு 'ராஜகிருகம்' எனவும் பெயரிட்ட அவர், தன் மக்களுக்கு பௌத்தத்தை வழங்க கால அவகாசம் எடுத்துக் கொண்டார். அவரது பௌத்தம் சாதியற்ற மக்கள், சாதி மறுத்த மக்கள் அனைவரும் ஒன்றிணையவும், அமைப்பாய்த் திரளவும், அணி திரளவுமான சனநாயக அறிவியக்கம். அவ்வகையில் இந்தியச் சமூகத்தைப் புத்தாக்கம் செய்வதற்கான தொடக்கமும் கூட.

இந்த இடத்தில் நம்மை வியப்பில் ஆழ்ந்தும் ஒரு வரலாற்று உண்மை ஆசான் அயோத்திதாசர் பௌத்தத்தை விடுதலைக்கான நெறியாகவும், சாதி மறுத்த மரபாகவும் அம்பேத்கருக்கு முன்பாகக் கண்டறிந்து தம் மக்களுக்கு அளித்தார் என்பது. அம்பேத்கர் பலநூறு நூல்களிலிருந்து தரவுகளைத் தேடி ஆய்ந்து சொல்லும் அதே உண்மைகளை அயோத்திதாசர் தமிழ் நூல்களின், தமிழ் அறிவின் பின்புலத்திலிருந்து அதே வடிவில், அதே உறுதியுடன் 1890 காலகட்டத்திலிருந்து எழுதியும் போதித்தும் வந்திருக்கிறார்.

இந்திய நிலம் யாருக்குச் சொந்தமானது, இந்திய அறிவு யாருக்குச் சொந்தமானது, இந்திய வரலாறு யார் யாருக்கான முரண்பாடுகளினால் உருவாகி வந்தது என்பது பற்றியும், பௌத்த இந்தியா, பௌத்த வாழ்வு, சாதி பேதமற்ற மக்கள் பற்றியும் இவற்றிற்கு எதிரான அறிவுமறுத்த பிராமணியம் என்பது பற்றியும் அவரது கருத்தியல் கண்டறிதல்கள் பல நம்மை வியப்பில் ஆழ்த்தக் கூடியவை.

"வரலாற்று அடிப்படையில் பிராமண இந்தியா, புத்த இந்தியா, இந்து இந்தியா என மூன்று இந்தியா இருந்து வந்துள்ளது, அவற்றிற்கெனத் தனித்தனியான பண்பாட்டு கட்டமைப்புகள் இருந்தன. பொதுவாகச் சொல்லப்படும் ஒட்டு மொத்த இந்தியப் பண்பாடு என ஒன்று எப்போதும் இருந்ததில்லை" என அம்பேத்கர் வகைப்படுத்திய அதே பகுப்பு முறையை அவருக்கு முன் அப்படியே அயோத்திதாசர் உருவாக்கி இந்திய வரலாற்றை விளக்குகிறார்.

தன்மம் ஏற்ற பூர்வ பௌத்தர்கள், தன்மம் அற்ற சாதிபேதம் கொண்ட சமூகக் குழுக்கள் (சூத்திர சாதிகள்), தன்மமற்ற சுயப் பிரயோசன பிராமணர்கள் என்ற மூன்று சமூக-அரசியல் சக்திகளின் முரண்களும், மோதல்களுமே இந்திய அரசியல் என விளக்குவதுதான் அயோத்திதாசரின் முறையியல். அம்பேத்கர், அயோத்திதாசர் இருவரும் ஒருமித்து உரைக்கும் உண்மை "இந்திய வரலாறு இரண்டு எதிரெதிர் மரபுகளைக் கொண்டது. உண்மை, அறிவு, தம்மம் என்பதைக் கொண்ட பௌத்த மக்களின் வரலாறு, உண்மை, அறிவு, தம்மம், வித்தை அற்ற சாதி ஏற்ற பிராமணியம், சனாதனம், இந்து மதம் சார்ந்த மக்களின் வரலாறு, இன்று தீண்டாமைக்கு உள்ளாக்கப்பட்ட மக்கள் பூர்வ பௌத்த மரபைச் சார்ந்தவர்கள்."

இருவருமே நவீன இந்தியாவின் விடுதலைக்கும், மீட்சிக்கும் பௌத்தத்தை சமயமாக மட்டுமின்றி அரசியலாக, இயக்கமாக, அறிவாக, பண்பாடாக, வாழ்வியலாக முன் வைக்கிறார்கள். இருவரும் அதனை விளக்குவதில் சில வேறுபாடுகள் உள்ளன, ஆனால் நோக்கம், கொள்கை, அறம் என ஒத்த தன்மை கொண்டவை இருவரின் ஆய்வுகளும். அத்துடன் இருவருமே பழமை மீட்பை ஏற்பவர்கள் இல்லை, பழமையின் மீதான பக்தி, பழமையின் மீதான பற்று இருவருக்குமே இல்லை. இருவருமே நவீன மனித உரிமைசார்ந்த சமத்துவ அரசியலை ஏற்றவர்கள். நவீன அறிவியல் மெய்களால் வாழ்வு கட்டமைக்கப்படவேண்டும் என்பதைப் போதிப்பவர்கள், உலகம் தழுவிய மனிதம் பற்றிய கருத்தியலைக் கொண்டவர்கள். தம் மக்களின் மீதான வன்கொடுமைகளை, வரலாற்றுத் துயரங்களை வாழ்ந்து உணர்ந்தவர்கள். ஆனால் விடுதலை பற்றிச் சிந்திக்கும் போது அனைவருக்குமான விடுதலையை முன் வைப்பவர்கள். அனைவரையும் மனிதராக்கும் அரசியல், அனைவரையும் சமமாக்கும் சமூக அமைப்பு பற்றிக் கற்பனை செய்து, அதற்கான வழிகளைத் தம் அறிவினால் கண்டடைந்தவர்கள்.

இதனைப் புரிந்து கொள்ளும் போது நமக்குக் கிடைக்கும் தெளிவுதான் தலித் அரசியல் என்ற விடுதலைக்கான மக்களின் சாதியொழிப்பு அரசியல் 'பேரறிஞர்களின் அரசியல்' என்பதும், அதன் தலைமை பேரறிவின் மரபில் வந்த தலைமை என்பதும். தன் மக்களுக்குக் கொடுமையிழைத்து அதில் பெருமை கொண்டவர்களுக்கும், இன்றும் குற்றவுணர்வின்றிக் கொடுமையிழைத்துக் கொண்டிருப்பவர்களுக்கும் சேர்த்தே விடுதலையை, சமத்துவத்தை உருவாக்கவும் அறம் சார்ந்த அமைப்பைக் கட்டியெழுப்பவும் தன் வாழ்வைத் தரும் அரசியல் அது.

சென்ற நூற்றாண்டில் அயோத்திதாசர், அம்பேத்கர் எனத் தொடங்கி இந்த நூற்றாண்டின் பாசிச, பகுத்தறிவற்ற அரசியல் அச்சுறுத்தல்களுக்கு நடுவில் அனைவருக்குமான சமத்துவம், சனநாயகம், சமநீதி காக்கும் போராட்டத்தைத் தொடருவதுடன் தற்கால உலக அரசியலுக்கேற்பத் தம் மக்களை வழி நடத்தும் தொல்.திருமாவளவன் வரை பேரறிவாளர்களே பூர்வ பௌத்த அரசியலின் தலைவர்களாக வழிகாட்டிகளாக அமைகிறார்கள்.

அம்பேத்கரிய அரசியல் மட்டும் ஏன் பேரறிவாளர்களின் அரசியல் எனக் கேட்பவர்களுக்கு வள்ளுவ மரபு, "அறிவினுள் எல்லாம் தலையென்ப தீயசெறுவார்க்கும் செய்யா விடல்" எனப் பதிலளிக்கிறது. 'அறிவு அற்றம் காக்கும் கருவி' என்பதில் உள்ள அறிவு இயல்பான அறிவு, ஆனால் தம் வாழ்வை அழிவில் செலுத்துபவரை மாற்றி அவரையும் அழிவில் இருந்து காக்கத் தன் வாழ்வைத்தருவது பேரறிவு மட்டுமல்ல, கருணை நிறைந்த பேரறிவு.

சாதிபேதமற்றத் தன் மக்களுக்குத் தீமையை மட்டுமே தந்த ஒரு நாட்டை மனிதர்கள் வாழும் தேசமாகவும், அதனை நவீனத் தேசியமாகவும் மாற்றத் தன் வாழ்வைத் தந்த பாபாசாகேப் இந்திய அரசியலை எப்படி மாற்றியமைத்தார் என்கிற வரலாற்றைச் சுருக்கமாக நினைவு கொண்டால்தான் பேரறிஞர்களின் அரசியல் என்பதன் மெய்ப்பொருள் புரிய வரும்.

3

அம்பேத்கர் இந்திய விடுதலை பற்றித் தெளிவான கருத்து கொண்டிருந்தார். "இந்தியாவில் காலனியாட்சியும் அடிமை முறையும் புதிதல்ல, பெரும்பகுதி உழைக்கும் மக்களைச் சாதியின் பெயரால் அடிமைப்படுத்துவதே இந்திய ஆட்சி முறை. இந்தியாவில் நிலவி வந்த காலனி ஆதிக்கம், அடிமைப்படுத்தல் இரண்டு வகைப்பட்டது. ஒன்று பிரிடிஷ் அரசின் காலனியாதிக்கம் அது புதிதாக (1765) உருவானது, மற்றது சனாதன-வைதிகர்களின் காலனியாதிக்கம் (ஆரிய காலனியாதிக்கம்) அது பலநூறு ஆண்டுகளாகத் தொடர்வது. இரண்டு வகைக் காலனியாதிக்கத்தையும் அகற்றினால்தான் சுதந்திரம், சமத்துவம், சகோதரத்துவம், சமநீதி கொண்ட சனநாயக தேசத்தை உருவாக்க முடியும். சனாதனத்தை அழித்தால்தான் சாதி, வர்ண அடக்குமுறைகளை, தீண்டாமை வன்கொடுமைகளை ஒழிக்க முடியும், அதுவே சமத்துவ சமூகத்தின் அடிப்படை" என்பது அம்பேத்கரின் விடுதலைக் கருத்தியல். இந்திய விடுதலையின் அடிப்படை சனாதன ஒழிப்பே என்பதைத் தனது 'சாதி ஒழிப்பு' (1936) என்ற தலைப்பில் அவர் அளிக்க இருந்து தடுக்கப்பட்ட உரை நூலில் தெளிவாக விளக்கியிருக்கிறார். இதே உரையில்தான் "நான் மாறிவிட முடிவு செய்து விட்டேன். உங்களுடன் இருக்க

மாட்டேன் என்பதை வருத்தத்துடன் தெரிவித்துக் கொள்கிறேன்." என அண்ணல் அறிவித்தார்.

"எந்த ஒன்றும் நித்தியமானது அல்ல, சனாதனம் அல்ல, அனைத்தும் மாறிக்கொண்டே இருக்கின்றன, தனிமனிதரானாலும் சமூகமானாலும் மாற்றமே வாழ்வின் மாறாத விதி. சமூகத்தில் மாற்றம் நிகழ வேண்டுமெனில் சமூக மதிப்பீடுகள் மாற்றப்படவேண்டும்... சாதியை வேருடன் களைந்தெறிய நீங்கள் பாடுபடவேண்டும், என் வழியில் இல்லையென்றாலும் உங்கள் வழியில். சாதி ஒழிப்புதான் இந்துக்களைக் காக்கும், தேசவிடுதலையைவிட சாதியொழிப்பு முக்கியமானது. சுதந்திரத்தைப் பாதுகாக்க சாதி ஒழிப்பு வேண்டும், பாதுகாக்க முடியாமல் அதைப் பெறுவதில் பயனில்லை. இந்து சமூகம் சாதியற்ற சமூகமாக மாறினால் மட்டும்தான் அது தன்னைப் பாதுகாத்துக் கொள்ளும் ஆற்றலைப் பெறமுடியும். அந்த ஆற்றலைப் பெறாமல் இந்தியா சுதந்திரம் அடைவது அடிமைத்தனத்தை (சனாதனத்தை) நோக்கிய பயணமாகவே முடியும்" என இந்துக்கள் மாறவேண்டும் என்ற அழைப்பை விடுத்த அம்பேத்கர் தேசியம், சுதந்திரம் என்ற பெயரில் இந்து, சனாதனக் கொடுங்கோன்மை, அடிமைமுறை வந்துவிடக்கூடாது என்பதால்தான் காந்தி வழியிலான தேசிய இயக்கத்தை எதிர்த்தார். இந்து ஞானம் என ஒன்றை நிறுவ முயன்ற சர்வபள்ளி ராதாகிருஷ்ணன் போன்ற தத்துவவாதிகளையும் எதிர்த்தார். இருவருமே புதிய கருத்துகளைக் கூறுவதாக நினைத்துக் கொண்டு பழமையை, சனாதனத்தை மீட்கும் 'புனிதர்களாக' செயல்பட்டவர்கள். ஒருவர் மகாத்மா எனப் பெருந்தேசிய மக்களால் போற்றப்பட்டவர், மற்றவர் இந்திய அறிவின், ஞானத்தின் அடையாளமாக உலக அரங்கில் முன்வைக்கப்பட்டவர். ராதாகிருஷ்ணன் தத்துவ ஆய்வு என்ற பெயரில் 'இந்து மதத்தை, சனாதன, வேதாந்த நம்பிக்கைகளை' மறுநிர்மாணம் செய்துகொண்டிருந்தார். காந்தி, ராதாகிருஷ்ணன் இருவரையுமே 'எதிர்ப்புரட்சியாளர்கள்' என அடையாளம் காட்டியவர் பேரறிவாளர் அம்பேத்கர்.

"இந்துக்களுக்குச் சாதிப் பிரிவுகள் இருப்பது பெரிய பிரச்சினையெல்லாம் இல்லை என்று சிலர் சொல்கிறார்கள். இந்துக்கள் நீண்ட கால வரலாறு கொண்டவர்கள், அதனால் இனியும் தொடர்ந்து வாழ முடியும் என்பது அவர்கள் கருத்து. பேராசிரியர் ராதாகிருஷ்ணன் தன் 'இந்துக்களின் வாழ்வியல்

நோக்கு' (1926) என்ற நூலில் இதனைத்தான் வலியுறுத்துகிறார். ஐயாயிரம் ஆண்டுகளுக்கு முன்பே உயர்ந்த நிலையை அடைந்திருந்தது இந்து நாகரிகம். ஆன்மிகச் சிந்தனையிலும், அனுபவத்திலும் தோய்ந்த பல அனுபவங்களைக் கொண்டு இன்றும் நிலைத்து வாழ்கிற நாகரிகம் அது. வேறு பண்பாடுகளில் இல்லாத ஒரு உயிராற்றல் இந்து மதப்பண்பாட்டில் உள்ளது" என்று அறிவிக்கும் ராதாகிருஷ்ணன் மதிப்பு மிக்க அறிஞராக மக்களால் போற்றப்படுகிறவர். காந்தியை ராதாகிருஷ்ணன் 'மண்ணில் தோன்றிய தெய்வம்' என்று அறிவித்தவர். அவர் சொல்வது இந்திய மக்களின் கருத்தை மேலும் வலுப்படுத்தும், காந்தியின் கருத்துகளும் இந்தியப் பொது நினைவாக மாறக்கூடியவை.

அதனால்தான் அம்பேத்கர் ராதாகிருஷ்ணன் நிறுவ நினைத்த இந்துப் பண்பாடு, இந்து நாகரிகம் என்ற கருத்தியலின் அடித்தளத்தைத் தகர்த்தார். "உயிருடன் உள்ளது என்பதாலேயே ஒன்று உயிருடன் வாழத்தகுதி உள்ளது என்பது அறிவு நேர்மையற்ற வாதம். ஒரு சமூகம் வாழ்கிறதா இல்லையா என்பதல்ல பிரச்சினை, என்ன நிலையில் வாழ்கிறது என்பதுதான் முக்கியம். உயிர்வாழ்வது பல வகைப்பட்டது, தனி மனிதரோ, சமூகமோ வெறும் வாழ்க்கை என்பதற்கும் மதிப்பு மிக்க வாழ்க்கைக்கும் இடையில் பெரும் வேறுபாடு உள்ளது. இந்துக்களின் வாழ்க்கை எந்த வகைப்பட்டது என்பதை எண்ணிப்பார்க்க வேண்டும். இந்துக்களின் வாழ்க்கை தொடர்ந்து அழிவுக்குள்ளான வாழ்க்கை. உண்மையை ஏற்கும் நேர்மையுள்ள யாரும் வெட்கப்பட வேண்டிய வாழ்க்கை அது. சாதியை அடிப்படையாக வைத்துள்ள நீங்கள் ஒழுக்கநெறிகளை உருவாக்க முடியாது, ஒரு தேசியத்தை உருவாக்க முடியாது" என இந்துப் பண்பாட்டை அடிப்படையாக வைத்து உருவாக்கப்படும் இந்திய தேசியத்தின் அடித்தளத்தையும் கேள்விக்குள்ளாக்கினார் பாபா சாகேப்.

இந்தக் கேள்வியைத் தொடர்ந்து எழுப்பி, உண்மையான சுதந்திரத்தை நிலைப்படுத்தவும், சமத்துவமுள்ள தேசியத்தைக் கட்டமைக்கவுமே அண்ணல் அரசியலமைப்புச் சபையில் உறுப்பினராகப் பொறுப்பேற்றார், சுதந்திர இந்தியாவின் முதல் சட்ட அமைச்சர் பணியையும் ஏற்றார், இந்திய அரசியலமைப்புச் சட்டத்தை இயற்றும் பொறுப்பையும் ஏற்று நிறைவு செய்தார். காங்கிரசும், முஸ்லிம் லீகும் மட்டுமே பிரிடிஷ் அரசுடன் பேச்சு வார்த்தை நடத்தும் உரிமை

பெற்றவைகளாக அங்கீகரிக்கப்பட்டிருந்தன. ஒடுக்கப்பட்ட மக்களின் பிரதிநிதித்துவம் இல்லை என்பதுடன் காங்கிரஸே ஒடுக்கப்பட்டவர்களை உள்ளடக்கிய இந்துக்கள் அனைவருக்கும் பிரதிநிதியாக இருக்கும் நிலை உருவாகியிருந்தது.

தனித்தொகுதி, இரட்டை வாக்குரிமை எனப் பெரும் போராட்டங்கள் வழி கிடைத்த அரசியல் உரிமைகள் இல்லாமல் போகும் நிலை ஏற்பட்ட போது 1945இல் 'காங்கிரசும் காந்தியும் தீண்டாமைக்குட்பட்ட மக்களுக்குச் செய்ததென்ன' என்ற நூலின் வழியாக பிரிடிஷ் அரசுக்கும் மற்ற கட்சிகளுக்கும் தனது மக்களின் குரலைக் கேட்க வைத்த அம்பேத்கர் பெரும் அழுத்தத்தை உருவாக்கி சுதந்திர சிந்தனை கொண்ட பிரிடிஷ் பிரதிநிதிகளின் ஒத்துழைப்பைப் பெற்று அரசியலமைப்புச் சபையில் உறுப்பினராக இடம்பெறுகிறார். தன் மக்களின் வரலாற்றுப் பங்கை உறுதி செய்கிறார், இந்திய அரசியலை பகுத்தறிவின் வழியிலான சனநாயகமாக மாற்றுகிறார்.

1946இல் அமைக்கப்பட்ட அரசியலமைப்புச் சபையில் தான் இடம் பெற்றதைப் பற்றி அண்ணல் இவ்வாறு குறிப்பிடுகிறார், "அரசியலமைப்புச் சபையில் நான் பங்கேற்றதற்கு அட்டவணைச் சாதியினரின் உரிமைகளைக் காக்கவேண்டும் என்பதைத் தவிர வேறு நோக்கம் எதுவும் எனக்கு இல்லை. வேறு பொறுப்புகள் வழங்கப்படும் என்று நான் கற்பனை செய்தும் பார்க்கவில்லை. அரசியல் சட்ட வரைவுக்குழுவின் உறுப்பினராக நான் தேர்வு செய்யப்பட்டபோது நான் பெரும் ஆச்சரியமடைந்தேன். அதன் தலைவராகத் தேர்ந்தெடுக்கப்பட்ட போது பல மடங்கு ஆச்சரியமே ஏற்பட்டது." (25 நவம்பர், 1949). ஆனால் 1946 முதல் 1956 வரை பாராளுமன்றத்தில் அவருடைய இருப்பு, தோற்றம், அவருடைய குரல் இந்திய சனநாயக வரலாற்றை மாற்றியமைத்தது, ஒரு வகையில் இந்திய அரசியலை சனநாயக அரசியலாக உறுதிப்படுத்தியது.

இந்திய அரசியலமைப்புச் சபையை நாம் இந்தியப் பாராளுமன்றத்தின் தொடக்க வடிவம் என்று கூறலாம். அந்தச் சபையின் தலைவராக ராஜேந்திர பிரசாத் (1888-1975) தேர்ந்தெடுக்கப்பட்ட பின் பேச அழைக்கப்பட்ட முதல் இந்தியர் டாக்டர். ராதாகிருஷ்ணன் அவர்கள். காங்கிரஸின் அறிவார்த்த குரல், காந்தியின் தத்துவக் குரல் இரண்டுக்கும் பிரதிநிதி என்ற வகையில் அவருடைய பேச்சு அரசியல் முக்கியத்துவம் உடையது,

கருத்தியல் மதிப்பு கொண்டது. அவர் பேராசிரியர், தத்துவ அறிஞர், கற்றறிவாளர் அத்துடன் இந்து ஞான மரபையும், தத்துவ மரபையும் நவீன உலகிற்கு எடுத்துரைப்பவர். ஆனால் தன் இருபதாம் வயதிலேயே 'வேதாந்தத்தின் தர்மம்' (எதிக்ஸ் ஆஃப் வேதாந்தா, 1908)' என்ற நூலை எழுதியதால் மிக இளம் வயது பேராசிரியராக ஆனவர். அவருக்கு இணையான கற்றறிவாளராக அந்த அவையில் இருந்த இன்னும் ஒருவர் அரச குடும்பத்தைச் சேர்ந்த பண்டிட் ஜவகர்லால் நேரு (1889-1964). ஆனால் அவர்கள் யாரையும் விட பலதுறை அறிவும், பகுத்தறிவு நோக்கும், மாற்றுச் சிந்தனைகளும் கொண்ட பேரறிஞராக அவையில் ஒருவர் அமர்ந்திருக்கிறார், அவர்தான் டாக்டர். பி.ஆர். அம்பேத்கர்.

'இந்தியாவில் சாதிகள்: அவற்றின் செயல்முறை, தோற்றம், வளர்ச்சி (6 மே, 1916)' என்ற தலைப்பில் தன் முதுகலைப் படிப்பின் போதே கொலம்பியா பல்கலைக் கழகத்தில் ஆய்வேடு அளித்தவர். அவரது இருப்பு அந்தச் சபையின் ஒவ்வொருவருடைய பேச்சையும், நடத்தையையும் பாதிக்கிறது, சபையின் போக்கை மாற்றுகிறது. சனாதனத்தின் குரல் என அம்பேத்கரால் அடையாளம் காட்டப்பட்ட டாக்டர். ராதாகிருஷ்ணன் அன்று பேசிய பேச்சையும்கூட அம்பேத்கரின் இருப்பு மாற்றியமைக்கிறது. அன்று அவரது பேச்சில் இந்துப் பெருமிதமோ, இந்து நாகரிகமே இந்திய நாகரிகம் என்ற குறிப்போ இடம்பெறவில்லை.

"அரசியலமைப்பு தேசத்தின் அடித்தளமாக அமையும் சட்டம். அது மக்களின் கனவுகளை, உணர்வுகளை, லட்சியங்களை, பெருவிருப்பங்களை உள்ளடக்கியதாக இருக்க வேண்டும்."

"மனித விழுமியமற்ற அடிமை மனநிலையால் நாம் பாதிக்கப்பட்டிருந்தோம், அடிமைப்பட்டிருந்ததின் அவமானம் நம்மைச் சூழ்ந்திருந்தது, அந்த அவமானம் இந்துக்கள், முஸ்லிம்கள், உள்நாட்டு அரசுகள், உழவர் குடிகள் என நம் அனைவருக்கும் பொதுவானது. இப்போது நம் தேசம் அனைவருக்கும் பொதுவானது."

"அனைத்துக் குடிமக்களுக்குமான கல்வி, சமூகப் பொருளாதார அடிப்படை உரிமைகள் கிடைக்க அரசியலமைப்பு வழி செய்ய வேண்டும். பண்பாட்டுச் சுயஉரிமை அதில் இருக்க வேண்டும். யார் மீதும் ஒடுக்குதல் இருக்கக்கூடாது. அது உண்மையான சனநாயகத்தின் வடிவமாக அமைய வேண்டும். அரசியல்

சுதந்திரத்தில் தொடங்கி நாம் பொருளாதார சுதந்திரத்தையும் சமத்துவத்தையும் நோக்கிச் செல்ல வேண்டும். இந்தச் சிறப்புமிக்க தேசத்தைச் சேர்ந்தவர் என்பதில் ஒவ்வொருவரும் பெருமிதப்படும்படியான அரசாக அது அமைய வேண்டும்."

"எதைவிடவும் முக்கியமானது ஒரு தேசம் இன அடையாளத்திலோ அல்லது சமய உணர்விலோ, மூதாதையர்கள் பற்றிய பழமை நினைவிலோ உருவாவதில்லை, அது உறுதியான, தொடர்ச்சியான ஒரு வாழ்க்கை முறையால் நம்மிடம் தொடர்ந்து வருவது. அந்த வகை வாழ்வே இந்த மண்ணிற்கு உரியது. அது இந்த மண்ணின் கங்கை நீரைப் போல, இமாலயத்தின் பனிபோலத் தொன்மையானது."

"நமது நாகரிகம் தொடங்கிய சிந்து வெளி சமூகம் முதல் இன்று வரை அது நமது வேராக உள்ளது. அந்த உயர்ந்த பண்பாடு ஹிந்துக்கள், முஸ்லிம்கள் அனைவரிடமும் தொடர்வது, பல நூற்றாண்டுகளாக புரிந்துணர்வு, கருணை என்ற உயரிய லட்சியங்களை நாம் போற்றி வருகிறோம்."

என்றெல்லாம் தொடரும் டாக்டர். ராதாகிருஷ்ணனின் பேச்சு புத்தரை வந்து அடைகிறது. இந்தியா பலவித பண்பாடுகளின் ஒத்திசைவால் ஆனது, அது அனைவருக்கும் உரியது என்பதைக் குறிக்க அவர் பௌத்த வாக்கையே முன் வைக்கிறார்.

"புத்தர், தீராத இளமை கொண்ட உருவம், துவராடையில் துலங்கும் தோற்றம், தூய்மையின் வடிவான தாமரையில் அமர்ந்த ரூபம், இரு விரல்களை உயர்த்தி "புரிந்துணர்வை வளர்த்துக் கொள்ளுங்கள், கருணையை வளர்த்துக் கொள்ளுங்கள், பேரறிவாம் ஞானத்தையும் அன்பையும் வளர்த்துக் கொள்ளுங்கள், பிரானா, கருணா என்பதை வளர்த்துக் கொள்ளுங்கள்" எனச் சொல்கிறது புத்தப் படிமம். புரிந்துணர்வு உங்களிடம் இருந்தால், கருணை உங்களிடம் இருந்தால் இந்த உலகின் எந்தத் துயரையும் நீங்கள் கடந்து செல்ல முடியும் எனச் சொல்கிறது. புத்தரின் சிறந்த சீடராம் அசோகர் பல இன மக்களைக் கொண்ட தன் பேரரசை உருவாக்கிய போது 'ஒத்திசைவே உயர் நன்னெறி' (சமவயா ஏவ சாது) என்று அறிவித்தார்" என இந்திய மண்ணை பௌத்த ஞானமாம் ஒத்திசைவின் பூமியாக அடையாளப் படுத்துகிறார்.

"இந்தியா உலகுக்கு அளித்த உயர் அறமாம் பௌத்த நெறியை நாம் விட்டுவிட்டோம், அன்பு, கருணை என்பதை நாம் மறந்து

விட்டோம், அதற்கு உண்மையாக நாம் நடந்துகொள்ளவில்லை. கோடிக்கணக்கான நம் சகோதர மக்களுக்குத் துரோகம் இழைத்து விட்டோம், துயரை அளித்து விட்டோம். நாம் கடந்த காலத்தில் இழைத்த குற்றத்திற்குப் பரிகாரம் செய்ய இதுவே சரியான தருணம். இதனை நீதி, இரக்கம் என்ற பெயர்களில் செய்யக்கூடாது, இதனை நாம் இழைத்த பாவங்களுக்கான பிராயச்சித்தம் என்றே நான் சொல்வேன்" என இந்திய அரசியலமைப்புக்குத் தன் செய்தியை, வழிமுறையாகச் சொல்லித் தன் உரையை முடிக்கிறார்.

இந்தச் செய்தி இந்திய சனநாயக வரலாற்றில் முக்கியமானது, இந்தச் செய்தியை ஒரு அறிஞர், கற்றறிவாளர் என மதிக்கப்பட்டவர் இந்திய அரசியல் சபையில் முதன் முதலாகச் சொல்லக் காரணமாக அமைந்தது அம்பேத்கரின் அரசியல் இருப்பு. ‘சாதி ஒழிப்பு’ நூல் ஏற்படுத்திய தாக்கமும் அம்பேத்கரின் பேச்சுகளும் எழுத்துகளும் தொடர் அரசியல் செயல்பாடுகளும் அவர் தலைமையில் திரண்ட மக்களும் காந்தியை மட்டுமல்ல ராதாகிருஷ்ணனையும் பாதித்தது, மாற்றியது. சபையில் ராதாகிருஷ்ணன் பேசியது காந்தியின் செய்தியையும் உள்ளடக்கியது. அண்ணல் அந்தச் சபையில் இல்லாமல் இருந்திருந்தால் அவருடைய பேச்சு காந்தி, நேரு புகழையும் காங்கிரஸின் தியாகத்தையும் சொல்வதாகவே இருந்திருக்கும்.

அண்ணல் அரசியலமைப்புச் சபையிலும், அரசியலமைப்பு வரைவுக் குழுவிலும் இல்லாமல் இருந்திருந்தால் அரசியலமைப்புச் சட்டம் வெறும் ‘சட்ட விதிகளின் தொகுப்பாக’ மட்டுமே இருந்திருக்கும் என்பதை நாம் புரிந்துகொள்ள வேண்டும். அரசியலைப்புச் சட்டம் என்ற ஒன்று எழுதப்படாமல் இருப்பதே நல்லது என்ற கருத்து பெரும்பாலான உறுப்பினர்களிடம் இருந்தது. அவர்களைப் பொறுத்தவரை இது இந்து நாடு, இந்து தர்மமே அரசியல் வழிகாட்டி, காங்கிரஸில் நேருவைத் தவிர அனைவரும் இந்து மகாசபை ஆதரவாளர்களாகவே இருந்தார்கள். சில தீர்மானங்களை நிறைவேற்றி ஆட்சியதிகாரத்தைப் பெற்றுக் கொண்டால் போதும் என்ற எண்ணமே அவர்களுக்குள் இருந்தது. அதனை எதிர்த்து மக்கள் அரசியலைக் கட்டிச் செயல்படுவதையே தன் வாழ்வாக அமைத்துக்கொண்டவர் அம்பேத்கர்.

இந்து-சனாதன அரசியல் அமைப்பு உருவாகிவிடக்கூடாது என்பதால்தான் அரசியல் அமைப்புத் திட்டப் பொறுப்பை அம்பேத்கர் ஏற்றுக் கொண்டார். அவர் தனது முதல் பேச்சிலேயே

ஜவகர்லால் நேரு முன் வைத்த காங்கிரஸ் தீர்மானத்தைத் திருத்தி அமைக்க வேண்டும் என்று குறிப்பிட்டார். அத்தீர்மானம் ஏமாற்றமளிப்பதாகச் சொல்லியே தன் பேச்சைத் தொடங்கினார். சனநாயகம் மட்டுமே போதாது, சோஷலிசம் நம் அரசியலாக இருக்க வேண்டும் என்றும், சதந்திரம், சமத்துவம், சகோதரத்துவம், சமநீதி, மனித உரிமைகள் அனைத்தும் தெளிவாக அரசியலமைப்பில் இருக்க வேண்டும் என்றும் குறிப்பிட்டார்.

“நேரு தன்னை ஒரு சோஷலிஸ்ட் என்று சொல்லிக் கொள்கிறார் ஆனால் சோஷலிசத்தைத் தன் தீர்மானத்தில் சேர்க்க முன்வரவில்லை” என்று அறிவுறுத்தினார். அத்துடன் அவரது முதல் பேச்சில் முஸ்லிம் லீகின் பங்கேற்பு இன்றி அரசியல் அமைப்பும், இந்தியச் சுதந்திர அரசும் அமைய முடியாது என்று அறிவுறுத்தினார், முஸ்லிம் லீக் பங்கேற்கும் வரை காத்திருப்பதுதான் அரசியல் அறம் என்று எடுத்துரைத்தார். நமது அரசியல் நடத்தையால் முஸ்லிம் மக்களின் நம்பிக்கையைப் பெறவேண்டும் என்று உறுதியாக எடுத்துரைத்தார். போரின் மூலம் இந்தியாவை ஒருங்கிணைந்த இந்தியாவாக வைப்போம் என இஸ்லாமிய மக்களின் மீதான வெறுப்பைக் கக்கிய குரல்களின் கொடூரத்தை அவர் புலப்படுத்தினார். “போரால், அடக்குமுறையால் எந்த மக்களையும் ஒரு அரசின் கீழ் வைக்க முடியாது” என வரலாற்றுச் சான்றுகளுடன் விளக்கினார்.

“இன்று நாம் அரசியலால், சமூகப் படிநிலைகளால், பொருளாதார அமைப்பால் பிரிந்து கிடக்கிறோம். ஆனால், காலமும் சூழ்நிலையும் அமையும் போது நம் நாடு ஒருங்கிணைந்த தேசமாக உருவாவதை உலகின் எந்தச் சக்தியாலும் தடுக்க முடியாது என்பது எனக்குத் தெரியும்.”

“சாதி, மதம் என்ற பிரிவுகளைக் கடந்து ஒன்றுபட்ட மக்களாக நாம் இணைந்து நிற்போம். தனி நாடு கோரும் முஸ்லிம்களும் ஒன்றிணைந்த இந்தியாவே தமது நலனுக்கும் உகந்தது என்று உணரும் காலம் உருவாகலாம். அதற்கு நாம் அரசியல் அறத்தைக் கடைபிடிக்க வேண்டும்.”

“நம்முடைய இடையூறுகள் எதிர்காலத்தில் நாம் என்னவாக அமையப்போகிறோம் என்பதில் அல்ல, பன்முகப்பட்ட மக்களை ஒருங்கிணைப்பதற்கான வழி என்ன என்பதில்தான் உள்ளது. நமது

கடின நிலை முடிவு, விளைவு பற்றியதல்ல, எப்படித் தொடங்குவது என்பது பற்றியதே."

"நாம் வெற்று முழக்கங்களை, மக்களுக்குப் பயனளிக்காத வார்த்தை அலங்காரங்களை விட்டுவிட்டு அனைத்து பிரிவினரையும் உள்ளடக்கும் அரசியல் நெறியை உருவாக்க வேண்டும். ஒருங்கிணைந்த பலமான ஒரு மைய அரசை உருவாக்க வேண்டும். ஆனால் ஒருங்கிணைந்த நாட்டைப் போர் மூலம் உருவாக்கலாம் என்று சிலர் சொல்வது பெரும் அதிர்ச்சியை அளிக்கிறது. போரால் தீர்வு ஏற்படாது, போர் தொடர்ச்சியான போரை மட்டுமே கொண்டு வரும். தீர்வு அறிவால், ஞானத்தால் உருவாக வேண்டியது. அறிவின் வழியான தீர்வே நிலையானது" எனப் பேரறிவையும், ஞானத்தையும் இந்திய அரசியலின் அங்கமாக மாற்ற முயற்சித்தது அம்பேத்கரின் குரல். அம்பேத்கரின் அறிவுரையை ஏற்று அவரது வழிகாட்டுதலில் இந்திய அரசியல் அன்று நடந்திருந்தால் தனி பாகிஸ்தான் தேச உருவாக்கத்தின் தீய விளைவாக இரண்டு மில்லியன் உயிர்கள் பலியானதும், பன்னிரண்டு மில்லியன் மக்கள் வீடிழந்து நின்ற துயரங்களும் தடுக்கப்பட்டிருக்கும் வாய்ப்பு உண்டு.

"ஜனநாயக அரசியல் ஒழுக்கம் இயற்கையான உணர்வல்ல, அது வளர்த்தெடுக்கப்பட வேண்டியது, இந்தியப் பண்பாடு சனநாயகத் தன்மையற்றதாக உள்ளது" என அறிவுறுத்திய அம்பேத்கர் அரசியலமைப்புச் சட்டத்தை அளித்த பின் "நம் நாட்டிற்கு ஜனநாயக அமைப்பு புதியதில்லை பௌத்த சங்கத்தில், பௌத்த மரபில் ஜனநாயகம் இருந்தது, ஆனால் அதனை நாம் இழந்து விட்டோம். இப்பொழுது மீண்டும் அதனை உருவாக்க வேண்டும், இரண்டாவது முறையும் அதை நாம் இழந்துவிடக்கூடாது. இந்தியா போன்ற நாட்டில் ஜனநாயகம் சர்வாதிகாரத்திற்கு வழிவகுக்கும் வாய்ப்புகள் உள்ளன" என இந்திய வரலாற்றில் பௌத்த மரபின் இடத்தை வலியுறுத்தியதுடன், அதனை அழித்தது சனாதனமே என்பதையும் நினைவூட்டினார்.

"ஜனநாயகம் அழியாமல் காக்கப்படவேண்டும் எனில் அரசியலமைப்புச் சட்டத்திற்குட்பட்ட முறையில் சமூக, பொருளாதாரச் சிக்கல்களைத் தீர்க்க நாம் பழகவேண்டும், அதனை ஆயுதப் போர்களாக மாற்றக்கூடாது; (இது இந்து மகாசபை, ஆர்.எஸ்.எஸ் அணியினரை நினைவுபடுத்துவது) தனிமனித வழிபாடு முற்றிலும் நீக்கப்படவேண்டும், அது

அரசியலை நாசம் செய்துவிடும்; அரசியலில் மட்டும் ஜனநாயகம் தொடர முடியாது, சமூகப் பொருளாதாரச் சமத்துவம், சம உரிமை உருவாக வேணடும்” என மூன்று அறிவுரைகளை அளித்தார்.

சாதி ஒழிப்பிற்கான சட்டங்கள், சமூகநீதிக்கான சட்டங்கள், தீண்டாமை ஒழிப்பிற்கான சட்டங்கள், பெண்ணுரிமை-சமத்துவச் சட்டங்கள் என இன்றுள்ள முற்போக்குச் சட்ட உரிமைகள் அனைத்தும் அம்பேத்கரின் கருத்தியல் விளைவுகள். இந்து குடிமைச் சட்டத்தின் வழி (1950) இந்தியச் சாதி ஆதிக்கத்தைக் குறைக்கவும், ஆணாதிக்கத்தை நீக்கவும் அவர் எடுத்த முயற்சிகள் மதவாத, சனாதன அறிவு மறுப்பாளர்களால் தடைபட்ட போது இந்திய அரசியல் மனிதப் பண்பையும், பகுத்தறிவையும் பெற நீண்ட காலம் பிடிக்கும் என்பது அவருக்குத் தெரிய வந்தது.

ஒரு ‘பஞ்சமர்’ பாராளுமன்றத்தில் இருந்து கொண்டு பல்லாயிரம் ஆண்டு பழமையான சனாதன, இந்து தர்மத்தை மாற்றுவதா? என்ற கேள்வி தெருக்களில் ஒலித்ததைக் கேட்ட போது இந்திய அரசியல் இன்னும் பேரறிவையும், பெரும் கருணையும் ஏற்றுக் கொள்ளும் பக்குவம் பெறவில்லை என்பது அண்ணலுக்கு மீண்டும் நினைவுக்கு வந்தது. ஒரு பூர்வ பௌத்தரின் அறிவு இந்திய அரசியலை வழிநடத்த இன்னும் நீண்ட காலம் எடுக்கும் என்பதை உணர்ந்த பிறகு பாராளுமன்றத்தில் அவர் அமரும் இடம் மாறியது.

ஆனால் அதற்கு முன்பாகவே இந்திய அரசமைப்பில் சனநாயக, சமத்துவ அறத்தின் அடித்தளத்தை அவர் உருவாக்கி இருந்தார். தேசியக் கொடியில் நீலநிறத் தம்மச் சக்கரத்தை சேர்த்திருந்தார், அசோகச் சக்கரம் என்ற பெயர் கொண்ட அது 24 புத்த தம்ம வாக்குகளின் குறியீடு. அரசு முத்திரையாக அசோக தம்ம தம்பத்தில் உள்ள சிங்க முத்திரையை (நான்கு சிங்கங்களைக் கொண்ட அசோக தூபி) பரிந்துரைத்தார். பின்னாளில் பஞ்ச சீலம் இந்தியக் கொள்கையாக மாறுவதற்கும், ஆசிய ஜோதியாம் புத்தரின் பூமி என இந்தியா தன்னை அடையாளப்படுத்திக் கொள்வதற்கும் அண்ணல் அடித்தளமிட்டிருந்தார்.

இந்திய சனநாயகத்தின் மீது கொண்ட அவரது நம்பிக்கை தனிமனித வழிபாட்டினால் மாறிய அரசியல் சூழலால் குறையத் தொடங்கியது. சனாதன ஆதிக்கமே இந்திய அரசியலை

உள்ளிருந்தும், அடித்தளத்திலிருந்தும் இயக்கிக் கொண்டுள்ளது என்பதும் அவருக்குப் புலப்பட்டது.

புத்தமும் அவர் தம்மமும் நூலை வெளியிட (1956) நிதியின்றி பிரதமர் நேருவிடமும், டாக்டர். ராதாகிருஷ்ணனிடமும் உதவி கேட்டு கடிதம் எழுதும் நிலை அந்த மகாமனிதருக்கு ஏற்பட்டது. அரசிடம் நிதி இல்லை என இருவரும் அதை மறுத்ததும், அந்நூலை அச்சில் காணாமல் அண்ணல் மறைந்ததும் இனி வரும் தலைமுறையினரும் நினைவில் கொள்ள வேண்டிய வரலாற்று நிகழ்வுகள்.

அம்பேத்கர் 1952-க்குப் பிறகு தன் மக்களின் நிலை பற்றியே பெரிதும் துயருற்றார். சனாதன பிராமணியமும், முதலாளித்துவமும், தனிமனித வழிபாடும் இணையும் போது அடித்தள மக்கள் அடையும் துயரம் பற்றிய பெருங்கவலை அவரைக் கவிந்தது, பௌத்தம் நோக்கிய அவரது நகர்வு அதன் தொடர்ச்சியாக அமைந்தது. தன் மக்களைப் பெருந்துயரங்களின் நடுவில் விட்டுச் செல்ல மனமின்றி பேரறிவை நோக்கி வழிநடத்த விரும்பினார், அறிவராம் புத்தராக அவரே மாறினார்.

மக்கள் வெறுப்பே அரசியல் திட்டமாக மாறியுள்ள இன்றைய சூழலில், அடிப்படைவாத அடக்குமுறைகளே அரசியல் செயல்பாடாக முன்வைக்கப்படும் இன்றைய காலகட்டத்தில் அண்ணலின் அறிவரசியல் முற்றிலும் புதிய அர்த்தம் பெறுகிறது, அது பூர்வ பௌத்தத்தில் தொடங்கி புரட்சி பௌத்தம் வழி தொடர்வது.

பெரியார், அண்ணாதுரை, கலைஞர். மு. கருணாநிதி என்ற ஆளுமைகளின் முன்னோடியான அயோத்திதாசர் தொடங்கி வைத்த மரபில் வந்த ஒரு அரசியல் கட்சியாக, சமூக இயக்கமாக, விடுதலை அரசியலாக சிறுத்தைகளின் இருப்பு தோழர் திருமாவின் தலைமையில் தற்போது வரலாற்றுப் பாய்ச்சலை நிகழ்த்திக் கொண்டிருக்கிறது.

விடுதலைச் சிறுத்தைகள் கட்சியின் தலைவர் தொல். திருமாவளவன் தனது அரசியலின் அடிப்படையாக பூர்வ பௌத்தத்தை ஏற்று, செயல்பாட்டிலும் கருத்தியலிலும் புரட்சி பௌத்தத்தை முன் வைக்கிறார். இது விடுதலை அரசியலில் ஆக்கபூர்வமான வரலாற்றை நிறுவவும் சமத்துவ அரசியலின் திசை வழியை மாற்றவும் அடிப்படையாக அமைகிறது.

இந்துத்துவப் பண்பாட்டுத் திணிப்பு எதிர்ப்பு மாநாடு (2004) தனிவாக்காளர் தொகுதி மற்றும் இரட்டை வாக்குரிமை மாநாடு (2005) பஞ்சமி நில மீட்பு மாநாடு (2005) சமூக நீதி மீட்சி மாநாடு (2008) கருத்துரிமை மீட்பு மாநாடு (2008) மகளிர் உரிமை மாநாடு (2008) சமூக அமைதிக்கான மக்கள் ஒற்றுமை மாநாடு (2013) கல்வி உரிமை மாநாடு (2014), அரசியலமைப்புச் சட்டப் பாதுகாப்பு மாநாடு (2016, 2018), மாநில சுயாட்சி மாநாடு (2017), தேசம் காப்போம் மாநாடு (2019) தேசம் காப்போம் பெரும் பேரணி (2020) என ஓயாச் செயல்பாட்டின் வழி சமத்துவ அரசியலை ஓயாமல் முன்னெடுக்கும் விடுதலைச் சிறுத்தைகள் இயக்கத்தை வருங்காலம் அறத்துணிவு கொண்ட பேரறிவாளர்களின் இயக்கம் என்றே நினைவு கொள்ளும். அது புரட்சி பௌத்தமாகவும் பேரறிவாளர்களின் இயக்கமாகவும் தொடர தோழர் திருமாவின் ஒவ்வொரு சொல்லும் செயலும் திசைவழியை அமைக்கிறது.

அம்பேத்கர் கண்டெடுத்த நவீன இந்தியா

“இந்தியாவில் சமூகச் சீர்திருத்தத்திற்கான பாதை விண்ணுலகத்தை அடைவதற்கான பாதை போன்று பல இடர்பாடுகளால் நிரம்பியுள்ளது. இந்தியச் சமூகச் சீர்திருத்தம் குறைவான ஆதரவாளர்களையும் அதிகமான மறுப்பாளர்களையும் பெற்றுள்ளது. மறுப்பாளர்கள் இரண்டு பிரிவுகளாக உள்ளனர், ஒரு பிரிவினர் அரசியல் சீர்திருத்தம் பேசுபவர்கள் மற்ற பிரிவினர் பொதுஉடைமைக் கொள்கை கொண்டவர்கள்.”

“அய்ரோப்பியச் சமூகங்களின் அரசியல் விடுதலைக்கு லூதர் தொடங்கிய சமயச் சீர்திருத்தம் முன்னோடியாக அமைந்தது. இங்கிலாந்தின் தூய கிறித்துவ இயக்கம் அரசியல் விடுதலைக்கு முன்னோடியாக அமைந்தது, அது புதிய உலகத்தைக் கண்டறிந்தது. அது அமெரிக்கச் சுதந்திரப்போரை வெற்றியடையச் செய்து ஒரு சமய இயக்கமாக உருவானது. இஸ்லாமிய அரசுகளின் உருவாக்கத்திலும் இதுவே நிகழ்ந்தது. அராபியர்கள் ஒரு அரசியல் சக்தியாக உருவாகும் முன்பு முகம்மது நபியால் தொடங்கப்பட்ட முழுமையான ஒரு சமயப்புரட்சி அங்கு நடந்தது. இந்திய வரலாற்றிலும்கூட இதற்குச் சான்று உள்ளது. புத்தரின் சமூக, சமயப் புரட்சிக்குப் பிறகுதான் சந்திரகுப்தன் தொடங்கிய அரசியல் புரட்சி நிகழ்ந்தது. மகாராஷ்டிரத்தின் சமயப் பணியாளர்கள் முன்னெடுத்த சமூக–சமயச் சீர்த்திருத்தம்தான் ஷிவாஜி தலைமையிலான அரசியல் புரட்சிக்கு முன்னோடியாக அமைந்தது. சீக்கியர்களின் அரசியல் புரட்சிக்கு குரு நானக் தொடங்கிய சமய, சமூகப் புரட்சியே அடிப்படையாக அமைந்தது. இதற்கு மேலும் உதாரணம் தேவையில்லை. மக்களின் அரசியல் விடுதலை அவர்களின் அறிவிலும் ஆன்மாவிலும் நிகழும் விடுதலையில்தான் தொடங்குகிறது என்பதற்கு இவையே போதுமான சான்றுகளாக உள்ளன.”

(‘சாதியழிப்பு’ நூலில் அண்ணல் அம்பேத்கர்)

கடந்தகால உலகின் அடிப்படைகளை விளக்கி அவற்றை மாற்றுவதற்கான வழிமுறைகளையும் கோட்பாடுகளையும் உருவாக்கித் தந்த சிந்தனையாளர்களை நாம் நவீனச் சிந்தனையாளர்கள் என்று கொண்டாடுகிறோம். அவர்களைத் தொடர்ந்து கற்று அவர்களின் சிந்தனைகள் மற்றும் செயல்திட்டங்களை நடைமுறைப் படுத்துவதையே நம் காலத்திற்கான அரசியலாக ஏற்றுக் கொள்கிறோம். அவர்கள் கண்டறிந்து விளக்கிய அறங்களை ஏற்று நம் வாழ்வியலாக அவற்றை மாற்றிக் கொள்கிறோம். அதற்குத் தடைகள் வரும்பொழுது அவற்றை நீக்கப் போராடுகிறோம். நம்மை அறிந்து கொள்ளவும் உலகையும் வாழ்வையும் புரிந்து கொள்ளவும் அச்சிந்தனையாளர்களே ஆசான்களாக, அறிவூட்டும் வழிகாட்டிகளாக அமைந்து வரலாற்று உருவங்களாக மாறுகின்றனர். நம் காலத்தின் வாழ்வை, சமூகத்தை, அரசியலை, பண்பாடு, மற்றும் கருத்தியல்களை இவ்வாறான பேராசான்களின் கருத்தியல் கொண்டே நாம் அறிந்து கொள்ளவும் அளவிடவும் முடியும்.

இந்த வகையான வழிகாட்டிகள் நவீன காலத்திற்கு முன்பும் உருவாகி மக்களையும் சமூகங்களையும் மாற்றியமைத்து புதிய வாழ்வியலை போதித்திருக்கிறார்கள். அவர்கள் சமயத் தலைவர்களாகவும், இறைத் தூதர்களாகவும் சில இடங்களில் வழிபடத் தகுந்த புனிதர்களாகவும் மக்களால் மாற்றப்பட்டுள்ளனர். புத்தர், மகாவீரர், யேசு கிறிஸ்து, முகம்மது நபி போன்ற வரலாற்று உருவகங்கள் இதற்குச் சான்றுகள். ஆனால் நவீன அறிவு, நவீன வாழ்வியல் இறைத்தூதர்கள் மற்றும் புனிதர்களை ஏற்பதில்லை. நம் காலத்தின் சிந்தனையாளர்கள் நமக்குத் தலைவர்களாக, ஆசான்களாக, வழிகாட்டிகளாக மட்டுமே இருக்க இயலும். ஏனெனில் நவீன அறிவும் வாழ்வியலும் மக்கள் மய்யமானது, பகுத்தறிவு, சமத்துவம், சமஉரிமை, சுதந்திரம், தன்மதிப்பு என்பவற்றை அடிப்படையாகக் கொண்டது. நம் வழிபாட்டு உணர்வு, பெருமதிப்பு, வியப்புணர்வு அனைத்தையும் கடந்து நவீன காலத்தின் அறிஞர்கள் தலைவர்களாக, ஆசான்களாக, வழிகாட்டிகளாக மட்டுமே நம்முடன் என்றும் இருப்பார்கள். அவ்வகையில் கார்ல் மார்க்ஸ் மற்றும் அண்ணல் அம்பேத்கர் என இரு நவீனப் பேராசான்கள் நமக்கு வாய்த்துள்ளனர்.

கௌதம புத்தரையும் கார்ல் மார்க்ஸையும் ஒப்பிடும் போது அண்ணல் “மார்க்ஸையும் புத்தரையும் ஒரே தளத்தில் வைத்து

ஆய்வு செய்வதை மார்க்சியர்கள் நகைப்புக்குரியதாகக் கருத இடமுண்டு. மார்க்ஸ் மிக நவீனமான ஒருவர் புத்தர் மிகத் தொன்மையானவர்! மார்க்சுடன் ஒப்பிடும் பொழுது புத்தர் வெறும் ஒரு புராதனச் சிந்தனையாளர்தான் என மார்க்சியர்கள் சொல்லக்கூடும்." (புத்தரா கார்ல் மார்க்ஸா) என ஒரு எச்சரிக்கை அறிவிப்பு செய்வார். ஆனால் அந்த வகையான அறிவிப்பு எதுவும் அம்பேத்கரையும் மார்க்ஸையும் இணைத்தும் ஒப்பிட்டும் அறியவும் ஆய்வுசெய்யவும் தேவைப்படாது. ஏனெனில் அம்பேத்கர் மார்க்ஸ் இருவரும் மிக மிக நவீனமானவர்கள், மக்கள் அரசியல், அனைவருக்குமான விடுதலை, அறிவியல் அணுகுமுறை என அனைத்திலும் இன்றைய உலகச் சிந்தனையாளர்கள் எவரை விடவும் முன்னோக்கிய பார்வையைக் கொண்டவர்கள். அறிவின் மீதான பற்று, அனைத்தையும் மக்கள் மற்றும் மனித சமத்துவம் என்பதைக் கொண்டு அளவிடும் ஆற்றல், விடுதலையைத் தவிர வேறு எதனையும் வழிகாட்டு நெறியாகக் கொள்ளாத பிடிவாதம் என ஒவ்வொன்றிலும் இருவரும் ஒருவருக்கு ஒருவர் போட்டியாக நிற்பவர்கள். இவர்கள் இருவரின் வாழ்வும் அறிவைத் தேடும் பித்தநிலையை அடிப்படையாகக் கொண்டது, அதனைவிட அவ்வறிவை மக்களின் விடுதலைக்கானதாக மாற்றும் போராட்டத்தை முன்னிலைப்படுத்தியது.

மார்க்சையும் அம்பேத்கரையும் ஒப்பிடும் பொழுது முதலில் நமக்கு தெரியவருவது அவர்கள் இருவரின் சமூக, வர்க்கப் பின்னணி. மார்க்ஸ் அறிவின் நெடிய மரபை உரிமை கொண்டாடும் ஒரு இனத்தின் (யூத) பின்னணி கொண்டவர், கல்வியும் ஆய்வும் அவருக்கு மரபான உரிமையாக அமைந்தவை. தன் அறிவை உலகை மாற்றும் கருவியாக உருவாக்க முனைந்து அதற்காக வறுமையையும் துயரத்தையும் ஏற்றுக் கொண்டது மார்க்ஸின் தன்னீகையாக அமைந்தது. அம்பேத்கரின் வாழ்க்கையோ அதற்கு முற்றிலும் மாறான பின்னணி கொண்டது. அடிமைநிலை, அவமதிப்பு, உரிமையின்மை என்பவற்றால் நிரம்பியது. தன் வாழ்வை மட்டும் மாற்றிக் கொள்வதற்கான வாய்ப்புகள் அவருக்கு அமைந்தபோதும் அவற்றை விலக்கிவிட்டு தன் மக்கள் அனைவருக்குமான விடுதலைக்காக தன் அறிவுத்திறன், போராட்ட வலிமை அனைத்தையும் அளித்த அவரது தன்னீகம் பெறும் ஆன்மிகத் தன்மை கொண்டது. அரசியலில் ஆன்மிகம் என்று பல இடங்களில் அம்பேத்கர் குறிப்பிடுவது இந்த வகையான போராட்டமும் தன்னீகமும் இணைந்த அறிவுச் செயல்பாட்டை

சுட்டுவதாவே உள்ளது. அவரது அறிவாற்றல், சிந்தனைத் திறன், ஆய்வுத்திறன், நினைவாற்றல், எழுத்து வலிமை இந்தியாவில் இதற்கு முன் யாருக்கும் அமையாதவை. அதனைவிட யாருக்கும் அஞ்சாமல் தான் கண்ட உண்மையை எடுத்துரைக்கும் துணிவு. இந்தியாவில் சாதி இந்துக்களால் அதிக அளவு வெறுக்கப்பட்ட, எதிர்க்கப்பட்ட ஒரு தலைவராக, கருத்தியலாளராக அவர் இருந்தார். ஆனால் அவர் யாருக்காகவும் தன் அறிவின் கடுமையை, உரிமைப் போராட்டத்தை விட்டுக் கொடுக்கவோ மென்மைப்படுத்தவோ அவர் முன்வரவில்லை. தன் மக்களால், தன் நண்பர்களால் கைவிடப்பட்ட பொழுதும் தன் அரசியல் முன்னெடுப்புகள் தோல்வியடைந்த போதும், உடன் பயணிகளான எம்.சி.ராஜா போன்றவர்கள் விலகிச் சென்ற போதும், சாதிய ஊடகங்கள் தன் மீது அவதூறுகளை, இழிமொழிகளை அள்ளி வீசிய போதும் அவர் தயக்கமின்றி முன்னோக்கிச் சென்று கொண்டே இருந்தார். மார்க்ஸ், அம்பேத்கர் இருவரிடமும் காணப்படும் இந்தப் பிடிவாதமான அறிவுகாண்முறை பேரறிவு என்பதற்கு முழுமையான எடுத்துக்காட்டாக அமைவது.

மார்க்ஸ், அம்பேத்கர் இருவரின் வாழ்வையும், பணியையும், எழுத்தையும் முழுமையாக வாசித்து அறியும் எவருக்கும் முதலில் தோன்றுவது வியப்பு, பின் அறிவைக் கண்டடைந்த ஆறுதல். வரலாறு, அரசியல், சமூகவியல், தத்துவம், சமய ஆய்வு, சமூகஉளவியல் என அனைத்தைப் பற்றியும் ஒரே இடத்தில் அறியக் கிடைத்துவிட்ட ஆறுதல்தான் அது. இந்த ஆறுதலுக்குப் பின் உருவாவது மிகப்பெரிய ஆதங்கம், வருத்தம். மார்க்ஸ் உலக வரலாற்றில் என்றும் மறைக்கவும் மறுக்கவும் முடியாத விடுதலை உருவகமாக மாறிவிட்ட நிலையில் இந்திய அளவில்கூட அம்பேத்கரின் வரலாற்று, கருத்தியல் பங்களிப்பு புரிந்து கொள்ளப்படவில்லை என்பது பற்றிய ஆதங்கமாக அது இருக்கும். ஆனால் அதனைக் கடந்து இன்று உலக அளவிலான மாற்றுச் சிந்தனையாளர்கள், விடுதலை அரசியல் பணியாளர்கள் அம்பேத்கரை ஆழ்ந்து படிக்கத் தொடங்கியுள்ளனர். பின்காலனியச் சிந்தனையிலும் பெண்ணிய இயக்கங்களிலும் அடித்தள மக்கள் அரசியலிலும் இன்று அம்பேத்கரின் ஆய்வுகள் அடிப்படையான தரவுகளாக மாறியுள்ளன.

மாற்று அரசியல் தளத்தில் அம்பேத்கர் ஒரு குறியீடாக மாறியுள்ளதற்குப் பல காரணங்கள் இருந்தாலும் மார்க்சுக்கு

அமையாத கூடுதலான மூன்று வரலாற்றுப் பணிகள் அம்பேத்கருக்கு அளிக்கப்பட்டன. முதல் பணி தன் மக்களைப் புதையுண்ட வாழ்வில் இருந்து மீட்டு விடுதலையை நோக்கி அழைத்துச் செல்லுதல். இரண்டாவது பணி இந்தியாவிற்கான புதிய சமூகம், நவீனத் தேசியம் எவ்வாறு அமைய வேண்டும் என்பதைத் திட்டமிட்டு அளித்தல். இதனைக் கடந்து மூன்றாவதாக அம்பேத்கர் ஏற்றுக் கொண்ட பணி நவீன தேசியத்திற்கான புதிய கருத்திலை கட்டமைப்பதுடன் ஒரு தேசத்தை அக்கருத்தியல் அடிப்படையில் வடிவமைக்கும் பணி, இது இந்தியா என்னும் பன்மைப்பட்ட சமூகத்தை நவீனமாக்கும் சிக்கலான பணி. ஆம் அது மிகச்சிக்கலான ஒரு பணிதான் ஏனெனில் நவீனமடைய விரும்பாத மக்களைக் கொண்ட, சமத்துவத்தை வெறுக்கும் பல சாதிகளைக் கொண்ட ஒரு நாட்டை நவீனமடையச் செய்வது, அதற்கான வழிகாட்டு நெறிகளை உருவாக்குவது எதனைவிடவும் கடுமையான ஒரு பணி.

அம்பேத்கர் இப்பணியை ஏற்றுக் கொண்டது 1946இல் சட்ட அமைச்சராக பொறுப்பேற்றுக் கொண்ட பொழுதுதான் என்று ஒரு பொதுப்பார்வையில் தோன்றக்கூடும். ஆனால் அவர் அந்தப் பணியைத் தன் பல்கலைக் கழக ஆய்வுக் காலத்திலேயே தொடங்கி விட்டார். *இந்தியாவில் சாதிகள்: அவற்றின் செயல்முறை, தொடக்கம் மற்றும் பெருக்கம்* (1916) என்ற ஆய்வுக் கட்டுரையில் "ஒன்றை நான் அழுத்தமாகச் சொல்லிக்கொள்ள விரும்புகிறேன் சாதி விதிமுறையை உருவாக்கியது மனு அல்ல, தனி ஒருவரால் அதனைச் செய்யவும் இயலாது. மனுவுக்கு முன்பே சாதி அமைப்பு இருந்தது, அதனை மனு நியாயப்படுத்தி தத்துவ வடிவம் தந்திருக்கிறான், நிச்சமாக இன்றுள்ள இந்து சமூக அமைப்பை மனு உருவாக்கவில்லை, அது இயலாத ஒன்று. அவனுடைய நூல் தற்போதுள்ள சாதி விதிகளை பட்டியலிட்டுக் காட்டுகிறது, சாதி தர்மம் என்பதைப் போதிக்கிறது" என்று சாதி மற்றும் தீண்டாமையின் வேர்களை அடையாளம் காட்டிய அம்பேத்கர் இந்தியாவில் அடிப்படையான அமைப்பு மாற்றத்தை உருவாக்காமல் சாதி மற்றும் தீண்டாமை வன்கொடுமையை அழிக்க இயலாது என்பதை உணர்ந்தவராக இருந்தார். இந்தியாவை ஒரு தேசமாக, நவீனச் சமூகமாக மாற்ற அரசியல் விடுதலைக்கு முன் சமூக, சமய அமைப்பின் அடிப்படைகளை மாற்றியமைக்க வேண்டும் என்பதையும் அம்பேத்கர் கண்டறிந்தார், அதற்காகவே தன் வாழ்க்கையை

அளித்தார். இந்தியாவில் சமூகச் சீர்திருத்தத்திற்கான பாதை பல இடர்பாடுகளைக் கொண்டது என்பதைத் தெளிவாக அறிந்திருந்தும் அதனைத் தன் வாழ்க்கையாக அமைத்துக் கொண்ட அண்ணல் இந்தத் தளத்தில்தான் மார்க்ஸிடம் இருந்து வேறுபடுகிறார். இந்தியச் சமூகத்தை முழுமையாக ஆய்ந்து புரிந்து கொண்ட அம்பேத்கருக்கு யாருடைய வழிகாட்டுதலும் இன்றி தன் மக்களின் விடுதலையை உள்ளடக்கிய இந்திய விடுதலை பற்றித் தனியாகச் சிந்திக்க முடிந்தது. இந்தத் தனித்த பார்வை அம்பேத்கரை காங்கிரஸ், இந்துத்துவ அமைப்புகள், இந்திய கம்யூனிச இயக்கம், பிற்போக்கு சனாதனிகள் என அனைத்துப் பகுதியினரிடமிருந்தும் விலகியிருக்கச் செய்தது. அம்பேத்கரை ஒரு சாதித் தலைவராகப் பார்த்த இந்த அமைப்புகளும் கட்சிகளும் அவரது சமூகக் கோட்பாடுகளைப் புரிந்து கொள்ளவில்லை. அம்பேத்கரின் அரசியல், சமூக, பொருளாதாரக் கொள்கைத் திட்டங்கள் இந்தியச் சமூகத்தை அடிப்படையிலிருந்து மாற்றியமைப்பதற்கான கோட்பாடுகளைக் கொண்டவை, பிராமண- உயர்சாதி ஆதிக்கத்தை உடைத்து உண்மையான மக்கள் அரசியலைக் கட்டுவதற்கான கருத்தியலைக் கொண்டவை என்பதை உணர்ந்த சாதிய-பிராமணிய அறிவுத்துறையினர் அண்ணலை அரசியலில் இருந்து நீக்கி வைப்பதையே தம் முழுநேரப் பணியாக கொண்டிருந்தனர்.

இந்தத் தடைகளைக் கடந்து அம்பேத்கர் தேசிய உருவாக்கத்தின் மைய சக்தியாகத் தன்னை மாற்றிக் கொண்டார். அரசியல் அமைப்புக்குழுவில் பங்கு, சட்ட அமைச்சர் பொறுப்பு, வரைவுக்குழுவின் தலைமைப் பொறுப்பு என்பவை அவரைத் தவிர அன்று வேறு யாராலும் கையாள முடியாத பெரும் பணிகள் என்பதை நாம் முதலில் புரிந்துகொள்ள வேண்டும். காந்தியின் பரிந்துரை, நேருவின் நவீன சிந்தனை என்பவை அம்பேத்கருக்கு அப்பொறுப்புகளை வழங்கின என்ற கதைகளில் சிறுபகுதி உண்மை இருக்கலாம். ஆனால் இந்தியாவின் ஐந்தில் ஒரு பங்காக அமைந்த ஒடுக்கப்பட்ட மக்களின் ஒற்றைக்குரலாக, மக்கள் அரசியலின் அறிவுக்களனாக இருபத்தைந்து ஆண்டுகள் இருந்துவரும் ஒரு சிந்தனையாளரை ஒதுக்கிவிட்டு ஒரு நவீன அரசியல் அமைப்பை யாரும் அமைத்துவிட இயலாது. அது மட்டுமின்றி அம்பேத்கருக்கு இணையான அரசியல், வரலாற்று, சமூக, சட்ட அறிவு கொண்ட மக்கள் சிந்தனையாளர், புரட்சிகர

அறிவாளி எனச் சொல்ல வேறொருவர் அப்பொழுது இந்தியாவில் இல்லை.

நேருவின் நவீன-பகுத்தறிவுப் பயிற்சி அம்பேத்கரை ஓரளவு புரிந்துகொள்ள உதவியாக இருந்தது, அத்துடன் அரசியல் அமைப்பை நவீனத் தன்மையுடையதாக மாற்ற அம்பேத்கரின் உதவி அவருக்குத் தேவைப்பட்டது. காந்திக்கு 1937-க்குப் பிறகு அம்பேத்கரின் மதிப்பும், அவர் முன்வைத்த கேள்விகளின் நியாயமும் புரியத் தொடங்கியிருந்தது. ஐந்து ஆண்டுகளில் இல்லை, ஐம்பது ஆண்டுகள் ஆனாலும் அரிஜன சேவா சங்கம் போன்ற அமைப்புகளால் ஒடுக்கப்பட்ட மக்களின் விடுதலையைப் பெற்றுத்தர இயலாது என்பது அவருக்கு தெரியத் தொடங்கியிருந்தது. ஒடுக்கப்பட்ட மக்களுக்கும் அம்பேத்கருக்கும் காந்தி அளித்த உறுதிமொழி மறக்கப்பட்ட ஒன்றாக மாறியிருந்தது. ஆனால் அம்பேத்கரின் அரசியல் யாராலும் மறுக்க இயலாத இடத்தை அடைந்திருந்தது. அவர் தன் மக்களை முழுமையான அரசியல் சக்தியாகத் திரட்ட இயலாத நிலை இருந்தாலும் அவரது அரசியல்தான் விடுதலை அரசியலின் அடிப்படையாக அமைந்திருக்கிறது என்பதைச் சட்டமும், அரசியல் வரலாறும் படித்த காந்தி, நேரு போன்றவர்களால் ஓரளவு புரிந்துகொள்ள முடிந்தது.

அம்பேத்கரின் பங்களிப்பு இந்திய அரசியலாக்கத்தில் மிகப்பெரும் முக்கியத்துவமுடையது என்பதை அவரது ஒரு பேச்சிலிருந்து நாம் புரிந்துகொள்ளலாம்: "நண்பர்களே, இந்தப் பெரும் தேசத்தின் சமூக, அரசியல், பொருளாதார அமைப்பின் எதிர்கால வளர்ச்சி, மற்றும் அது அடைய இருக்கும் வடிவம் பற்றி எனக்குச் சிறு ஐயமும் இல்லை. இன்று நாம் அரசியல், சமூக, பொருளாதார அடிப்படையில் பாகுபட்டுக் கிடக்கிறோம் என்பதை நான் அறிவேன். நாம் முரண்பட்டு மோதிக்கொள்ளும் பலவேறு குழுக்களாகவே இன்று இருக்கிறோம், ஏன் நானே அப்படியான ஒரு முரண்படும் குழுவின் தலைவன்தான் என்பதை சொல்லிக்கொள்ளவும் நான் தயங்கவில்லை. நண்பர்களே இவற்றையெல்லாம் கடந்து, காலமும் சூழலும் அமையும்போது இந்த நாடு ஒன்றுபட்டதாக உருவாவதை உலகில் யாராலும் தடுக்க முடியாது என்பதை நான் உறுதியாக நம்புகிறேன். (மகிழ்ச்சியொலி) சாதி, சமயப் பிரிவுகள் எல்லாம் நமக்குள் இருந்தாலும் ஒரு வகையில் நாம் ஒன்றுபட்ட தேசமக்கள்

என்பதைச் சொல்லிக்கொள்ள நான் சிறிதும் தயங்கவில்லை. (மகிழ்ச்சியொலி). (அம்பேத்கரின் பாராளுமன்ற உரை: டிசம்பர் 17, 1946). எல்லாவித அடக்குமுறைக்கும் பிறகு பலவித ஏமாற்றத்திற்கும் பிறகு மன்னிப்பு வழங்கி நம்பிக்கை தந்து அதற்காகத் தன் வாழ்வை அளித்து ஆசி வழங்கிய அண்ணலின் இந்தக் குரல்தான் இந்திய நவீன அரசியலின் தொடக்கம். 'மறப்போம் மன்னிப்போம்' என்ற காங்கிரஸ் தலைவர்களின் வாக்குதான் அம்பேத்கருக்கு பாராளுமன்றத்தில் இடமளித்தது எனச் சொல்லும் அறிவீனர்கள் அரசியலைத் தம் தோட்டத்து விருந்து என நினைத்துக் கொள்பவர்கள்தான். இந்திய அரசியலில் அம்பேத்கரின் இந்தக் குரல் தேசிய உருவாக்கத்தின் அடிப்படை. தன் மக்களின் விடுதலையையும் உள்ளடக்கிய ஒரு சுதந்திர நாடு பற்றிய கனவுடன் அம்பேத்கர் தன் அரசியலமைப்புப் பணியைத் தொடங்குகிறார். "யாருக்கும் ஐயம் தேவையில்லை. இறுதியான எதிர்காலம் அல்ல நம்முன் உள்ள இடர்பாடு. இன்று பல்வகைப்பட்ட பிரிவாக உள்ள மக்கள் குழுக்களைப் பொதுவான கருத்தின் அடிப்படையில் ஒருங்கிணைப்பு நோக்கி எப்படி நகர்த்துவது எப்படியென்பதுதான் நமக்கு முன் உள்ள இடர்பாடு. நமக்கு முன் உள்ள சிக்கல் இறுதி இலக்கு பற்றியதல்ல, எப்படித் தொடங்குவது என்பதில்தான் உள்ளது." (மேலது).

அம்பேத்கர் தன் நாடு மற்றும் தன் மக்கள் இரண்டிற்குமான புதிய தொடக்கம் பற்றிச் சிந்தித்தவர், அதனால்தான் பொது குடிமைச்சட்டம் (இந்து குடும்பச் சட்டம்) போன்ற ஒரு சட்டத்தை இந்தியச் சீர்திருத்தத்தின் ஒரு தொடக்கமாக அவர் காண்கிறார். பெண்களுக்கான சொத்துரிமை, பெண்கள் தனித்து வாழ்வதற்கான உரிமை, பெண்கள் மணவிலக்கு பெறுவதற்கான உரிமை, சாதிப்பிரிவு கடந்த மண உறவுக்கான உரிமை, சாதிப்பாகுபாடு இன்றி குழந்தைகளைத் தத்தெடுத்து வளர்க்கும் சட்ட உரிமை, ஆண்கள் பலமணம் செய்தலுக்குத் தடை என்பன அச்சட்ட வரைவில் முதன்மையான கூறுகள். பெண்ணுரிமை, சாதிக்கலப்பு என்பவை இவற்றின் உள்நோக்கம் என்பதால் இந்து-சனாதன சக்திகள் இவற்றைக் கடுமையாக எதிர்த்ததும், இச்சட்ட வரைவு விலக்கிக்கொள்ளப்பட்டதும், அண்ணல் அமைச்சரவையில் இருந்து விலகியதும் நாம் அறிந்தவை. இவற்றைக் கடந்து நாம் கவனத்தில் கொள்ள வேண்டியது: 1916இல் இந்தியாவில் சாதிகள்: அவற்றின் செயல்முறை, தொடக்கம் மற்றும் பெருக்கம் என்ற தன் ஆய்வில் குடும்பம், பெண்களின் மீதான கட்டுப்பாடு, உட்சாதித்

திருமணம் என்பவற்றிற்கும் இந்தியச் சாதி அமைப்பிற்கும் உள்ள உறவை விளக்கிய அம்பேத்கர் இந்திய சமூகத்தை நவீனமடைந்த சமூகமாக மாற்றுவதற்கான தொடக்கமாக இச்சட்டத் திருத்தத்தைக் கண்டார். "மக்களின் அரசியல் விடுதலை அவர்களின் அறிவிலும் ஆன்மாவிலும் நிகழும் விடுதலையில்தான் தொடங்குகிறது" என்பதை அறிவித்த அம்பேத்கர் இந்திய மக்கள் அனைவருக்கமான விடுதலை பற்றியே சிந்தித்தார். அந்த விடுதலை தன் மக்களின் விடுதலையில்தான் தொடங்குகிறது என்பதுதான் அவர் உலகுக்கு அறிவித்த செய்தி.

தன்னை ஓர் உலகக் குடிமகன் (*I am a citizen of the world*) என அறிவித்த கார்ல் மார்க்சும் 'எனக்குத் தாய்நாடு இல்லை' (*I have no homeland*) என காந்தியின் முன் அறிவித்த அம்பேத்கரும் இணைந்து கூறும் செய்தி இது "ஆகக்கீழான ஒடுக்குதலுக்கு உள்ளாகும் மக்களின் விடுதலையில்தான் மனிதர்கள் அனைவருக்குமான விடுதலை தொடங்குகிறது. இந்த விடுதலையைக் கொண்டுவரக் கூடியவர்கள் அந்த ஒடுக்குதலுக்கு உள்ளானவர்கள்தான்." இந்த அறிவிப்பு வெறும் உணர்ச்சிவசமானதோ, நல்லெண்ண அடிப்படையில் உருவானதோ, அந்தராத்மாவின் ஒலியோ அல்ல உலக வரலாற்றின் மிக அரிதான இரு பேரறிவாளர்களின் ஆய்வின் வழி கண்டறியப்பட்ட உண்மை. விடுதலைச் சிறுத்தைகள் கட்சியின் ஒவ்வொரு செயல்திட்டத்திலும் இதனை உள்ளடக்கும் தற்காலக் குரலே தோழர் திருமாவுடையது.

அம்பேத்கர், பௌத்தம், மொழி அரசியல்

இந்தியப் பெருந்தேசிய அரசியலில் நிலவிவரும் பல்வேறு ஒடுக்குமுறைகளில் ஒன்று மொழி சார்ந்த ஒடுக்குமுறை. உலக அரசியலில் பெரும் ஒடுக்குமுறைகளுக்குக் காரணமாக அமைந்த இந்த மொழிசார்ந்த ஒடுக்குமுறை பிற ஒடுக்குமுறைகளிலிருந்து பலவழிகளில் வேறுபட்டது. இந்தியச் சமூகத்தின் மற்ற ஒடுக்குமுறைகளான தீண்டாமை, சாதிப்படிநிலைகள், ஆணாதிக்கம், நிலவுடைமை என்பவை சமூகப் பொருளாதாரக் கட்டமைப்புகளில் நேரடியான விளைவுகளை ஏற்படுத்துவதால் அவை இன்றும் வெளிப்படையாகப் புலப்படக்கூடியனவாக உள்ளன. இந்தப் பழமையான ஒடுக்குமுறைகளை நவீன அரசியலும், மக்கள் ஆட்சிமுறையும் கருத்தியல் அடிப்படையில் மறுக்கின்றன. ஆனால் இந்தியச் சமூகத்தில் இந்த ஒடுக்குமுறைகளை

முழுமையாக நீக்குவதற்கானச் சட்டங்கள் இயற்றப்பட்ட அளவுக்கு நடைமுறைத் திட்டங்கள் உருவாக்கப்படவில்லை. நவீன அரசு, தேசியம் சார்ந்த அரசியல் இரண்டும் குடிமைச் சமூகங்களை, அடிப்படை மனித உரிமைகளை மையமாகக் கொண்டு கட்டப்பட்டவை, அதனால்தான் இந்திய அரசியல் அமைப்புச் சட்டம் சமநீதி, சுதந்திரம், சமத்துவம், தனிமனித தன்மதிப்புடன் கூடிய சகோதரத்துவம் பற்றிய அக்கறைகள் கொண்டதாக வடிவமைக்கப்பட்டுள்ளது.

இந்தியச் சமூகத்தின் பழமையான ஒடுக்குமுறைகள் அனைத்துமே நவீன சட்டங்கள் மற்றும் அரசியல் விதிகளின்படி பல்வேறு வடிவில் தடை செய்யப்பட்டவை, நீதியியல் அடிப்படையில் தண்டனைக்குரியவைகூட. ஆனால் இன்றும் இந்தியச் சமூகங்கள் சுதந்திரம், சமத்துவம், சமநீதி என்ற மதிப்பீடுகளை நடைமுறையில் ஏற்பனவாக இல்லை. அதனால் தேசிய மதிப்பீடுகள், மக்கள் ஆட்சித் தத்துவங்கள் என்னும் நவீன கருத்தியல்கள் இந்தியச் சமூகங்களில் செயலாற்றல் அற்றவையாகத் தேங்கிக் கிடக்கின்றன. இந்தியச் சமூகங்கள் நவீன சமூகங்களாக மாறவேண்டுமெனில் சாதிப்படிநிலைகள் அற்ற, தீண்டாமையின் பருண்மையான மற்றும் நுண்மையான வன்கொடுமைகளை மறுத்த பண்பாட்டு மதிப்பீடுகள் உருவாக்கப்பட வேண்டும். இந்த மதிப்பீடுகள் சமய நம்பிக்கைகள், மரபான பற்றுகள் அனைத்தையும் கடந்த பொது அறத்தின் அடிப்படையில் கட்டப்படவேண்டும். இந்த மாற்றத்தையே அண்ணல் அம்பேத்கர் புதிய வாழ்வியல் என்று அடையாளம் காட்டினார். இந்தப் புதிய வாழ்வியலைக் கட்டமைக்க அரசியல், பொருளாதாரம், சமூகவியல், பண்பாடு என்ற அனைத்து அமைப்புகளிலும் மாற்றங்கள் நிகழ வேண்டுமென அம்பேத்கர் விளக்கியிருக்கிறார்.

அம்பேத்கர் தாம் வரையறுத்துக் காட்டிய நவீன இந்தியாவை உருவாக்குவதற்கான முயற்சிகளில் ஒன்றாகத்தான் அரசியல் வரைவுக்குழுவின் தலைமையை ஏற்று கொள்கை சார்ந்த தம் பதிவுகளை அதில் இடம்பெறச் செய்தார். ஆனால் அண்ணல் விரும்பிய அடிப்படை மாற்றங்கள் நிகழ்வதற்கான அரசியல், பொருளாதார முன்னெடுப்புகள் அவர் வாழ்நாளில் உருவாகாத சூழலில் அவர் தன் கவனத்தைப் பண்பாட்டுக் கட்டமைப்புகள் மீது குவித்தார். ஒடுக்கப்பட்ட மக்களின் விடுதலையில் தொடங்கி, ஒன்றுபட்ட இந்தியத் தேசிய உருவாக்கம் வரை,

தனிமனித விடுதலை தொடங்கி உலக அரசியல் விடுதலை வரை அம்பேத்கருக்குத் தெளிவான பார்வைகள் இருந்தன. ஆனால் இந்தியாவின் தேசிய அரசியல் ஒடுக்கப்பட்ட மக்களையும் அவர்களின் அரசியலையும் வெளியில் வைத்துப் பார்ப்பதைத் தொடர்ந்த பொழுது அம்பேத்கர் ஒடுக்கப்பட்ட மக்களின் விடுதலைக்கான உறுதியான, தனித்த திட்டங்களை முன்வைத்தார். அதில் ஒன்றுதான் ஒடுக்கப்பட்ட மக்கள் இந்து மதத்திலிருந்து வெளியேறி பௌத்த நெறியைத் தழுவுதல்.

அரசியல் அதிகாரம், பொருளாதார உரிமைகள், சமூக விடுதலை அனைத்திற்கும் தொடக்கமாக அமைவது ஒடுக்கப்பட்ட மக்களிடம் நிகழவேண்டிய பண்பாட்டுப் புரட்சியே என்பதை அம்பேத்கர் தன் ஆழ்ந்த ஆய்வின் வழியாகவும் வரலாற்று அனுபவத்திலிருந்தும் தெளிவாக அறிந்தார். இந்தியாவின் இன்னொரு உலகமாக வெளியே வைக்கப்பட்டுள்ள ஒடுக்கப்பட்ட மக்கள் தம்மைப் பலப்படுத்திக் கொள்ளாதவரை தமக்கான விடுதலையை, சமத்துவத்தை, அரசியலில் தமக்கான பங்கை பெறமுடியாது என்பதை தெளிவுபடுத்தவே கற்பி, போராடு, ஒன்றுசேர் (கற்பி, எழுச்சிகொள், ஒன்றுபடு, கற்பி, புரட்சி செய், ஒன்றிணை எனப் பல பொருள்களில்) என்ற மூப்பெரும் கொள்கைகளை அண்ணல் முன் வைத்தார். அறிவு பெறுதல், அடக்குமுறைக்கெதிராகப் போராடுதல், விடுதலைக்காக ஒன்றிணைதல் என்பதைத் தன் உள்ளடக்கங்களில் ஒன்றாகக் கொண்ட இந்த மும்மை நெறி பௌத்தம் நோக்கிய அம்பேத்கரின் அறிவிப்பின் தொடக்கமாக அமைந்திருந்திருந்தது. விடுதலையை யாரும் இரந்து பெறமுடியாது என்பதுடன், இரக்கத்திற்குரியவர்கள் அடையும் விடுதலை விடுதலையாக இருக்காது என்பதையும் விடுதலையை யாரும் யாசகமாகத் தம் மக்களுக்கு வழங்கத் தேவையில்லை என்பதையும் தெளிவாக உணர்ந்திருந்ததால்தான் காந்தி முன்வைத்த தீண்டாமை ஒழிப்புத் திட்டங்களை அம்பேத்கர் தன் மக்களின் மீதான அவமானமாகக் கருதினார். தமக்கான விடுதலையைத் தாமே அடைதல் என்பதுதான் அம்பேத்கர் தம் மக்களுக்குக் கற்பித்த அரசியல். தம் மக்களின் விடுதலையின்றி இந்தியச் சமூகம் ஒரு நாளும் சுதந்திர நாடாக, நவீன தேசமாக மாறமுடியாது என்பதுதான் அம்பேத்கர் உலகுக்கு அறிவித்த செய்தி.

1951ஆம் ஆண்டு எழுதிய ஒரு கட்டுரையில் இதனை அண்ணல் மற்றொரு வடிவில் அறிவித்திருக்கிறார், "அறிவியல் விழிப்புணர்வு கொண்ட ஒரு சமூகம் ஏற்றுக்கொள்ளத்தக்க சமய நெறி புத்தரின் சமயம் மட்டுமே, இல்லாவிடில் அச்சமூகம் அழிந்துவிடும். பௌத்த நெறி மட்டுமே நவீன உலகம் தன்னைக் காத்துக் கொள்வதற்கான ஒரே வழி." இந்த அறிவிப்பில் இரண்டு விதமான நோக்கங்கள் உள்ளன, முதல் நோக்கம் அடிமைப்பட்டிருப்பவர்களை விடுதலை நோக்கி அழைப்பது, இரண்டாவது நோக்கம் அடிமைப்படுத்திக் கொண்டிருப்பவர்களை தம்மைத் திருத்திக் கொள்ள அழைப்பது. நவீன உலகம், அறிவியல் விழிப்புணர்வு, அழிதல், காத்துக் கொள்ளுதல் என்ற கருத்தியல்களை புரட்சி மற்றும் புதிய உலகம் என்ற தெளிவான அரசியல் பொருளில் அம்பேத்கர் இங்கு பயன்படுத்துகிறார். மாற விரும்பாத சமூகங்களை மக்கள் மாற்றுவார்கள், அந்த மாற்றம் பெரும் வன்முறைகளைக் கொண்டதாக அமையும் என்பதை அம்பேத்கர் பல இடங்களில் சுட்டிக்காட்டியிருக்கிறார்.

இதனை புத்தரா அல்லது கார்ல் மார்க்ஸா என்ற தன் கட்டுரையில் விரிவாக விளக்கும் அம்பேத்கர் சுதந்திரம், சமத்துவம், சகோதரத்துவம் என்ற கொள்கைகளின் அடிப்படையில் மார்க்ஸிசமும் பௌத்தமும் ஒன்றிணைந்தாலும் வன்முறை, சர்வாதிகாரம் என்ற வழிமுறைகளில் வேறுபடுகின்றன. அதனால் நீடித்த நல்விளைவை ஏற்படுத்தும் நெறி பௌத்தம்தான் என்று தன் முடிவை அறிவிக்கிறார். உண்மையான சகோதரத்துவம், சமத்துவம், சுதந்திரம் என்பவை பண்பாட்டு மாற்றங்கள் வழிதான் உருவாக முடியும் என்பது அம்பேத்கரின் உறுதியான நம்பிக்கை. இதனை விரிவாக விளக்கவே தன் வாழ்வின் பெரும் படைப்பான புத்தரும் அவர் தம்மமும் (1957) நூலை அவர் உருவாக்கினார். இந்த நூலில் அம்பேத்கர் தன் உள்ளத்தில், அறிவில் புதைந்திருந்த அனைத்துக் கேள்விகளையும் எழுப்பி விடைதேட முயற்சித்திருப்பதைக் காணலாம். ஒரு வகையில் நவீன உலக அரசியலில் மார்க்சியம் கடந்த விடுதலைக் கருத்தியல் தொகுதி ஒன்றை உருவாக்கும் முயற்சியை அம்பேத்கர் இந்த நூலில் மேற்கொண்டிருப்பதைக் காணலாம். அதனால்தான் இந்நூலை எழுத அவர் ஐந்து ஆண்டுகளைச் செலவிட்டார். உடல்நிலை வருத்திய அந்தக் காலகட்டத்தில் அம்பேத்கருக்கு தன் மக்களின் எதிர்காலம் பற்றி மட்டுமின்றி இந்திய-உலக அரசியல் மற்றும் மக்கள் சமூகத்தின் எதிர்காலம் பற்றியும் பெரும்

கேள்விகள் எழுந்தன. அவர் தன் அறிவின் வழியும், அறம் சார்ந்த தேடுதல் வழியும் அக்கேள்விகளுக்கான விடைகளைக் கண்டறிய முயற்சித்தார்.

அக்கேள்விகளை அவர் பின்வருமாறு வரிசைப்படுத்தியிருக்கிறார்: புத்தர் சமூகத்துக்கான கருத்துகளை சொல்லியிருக்கிறாரா? புத்தர் நீதியை போதித்திருக்கிறாரா? அன்பை போதித்திருக்கிறாரா? விடுதலையைப் போதித்திருக்கிறாரா? சமத்துவத்தைப் போதித்திருக்கிறாரா? சகோதரத்துவத்தைப் போதித்திருக்கிறாரா? கார்ல் மார்க்சின் கேள்விகளுக்கு புத்தரால் விடையளிக்க இயலுமா? இதற்கெல்லாம் அம்பேத்கர் சொல்லும் பதில் "புத்தர் சமூகத்துக்கான கருத்தியலையே சொல்லியிருக்கிறார். பௌத்தம் இந்தக் கேள்விகள் அனைத்திற்கும் பதில் சொல்லுகிறது. ஆனால் அவை நவீன பௌத்த அறிவாளிகளால் மறைக்கப்பட்டுள்ளன." அம்பேத்கர் தன் நூலின் வழியாக மறைக்கப்பட்டுள்ள உண்மைகளை வெளிக்கொண்டுவரும் பெரும் பணியை மேற்கொள்கிறார், ஒரு வகையில் பௌத்தத்தைப் புதுப்பித்து நவீன விடுதலைக் கருத்தியலாக விளக்குகிறார். இதன் வழி அண்ணல் நவீன பௌத்த குருவாக, விடுதலைத் தூதுவராக வடிவம் பெறுகிறார்.

அம்பேத்கரின் வாழ்வில் அதிகம் விவாதிக்கப்படாத பகுதியாக உள்ள இந்த நவீன புத்துருவாக்க பௌத்தம் தற்கால அரசியல், சமூக, பொருளாதார, பண்பாட்டு, உளவியல் கேள்விகளைக் கையாளக்கூடிய ஆற்றல் கொண்டது. அதன் மையமாக உள்ளதுதான் பல்வேறு ஒடுக்குமுறைகள் பற்றியும் ஒடுக்குமுறைகளிலிருந்து விடுதலை அடைவதற்கான வழிகள் பற்றியுமான கேள்வி.

மொழி அரசியல், மொழி வழியான ஒடுக்குமுறை பற்றிய கேள்விகளை நாம் இதன் தொடர்ச்சியாகவும் தற்காலப் புரிதலுடனும்தான் விளங்கிக்கொள்ள வேண்டியுள்ளது. ஏனெனில் தலித் அரசியலில் மொழி அரசியலின் இடம், அது பெறும் முக்கியத்துவம் மற்ற அரசியல் கருத்தியல்களில் இருந்து பல வழிகளில் வேறுபட்டது. இந்த வேறுபாட்டை இந்தியாவின் மற்ற தலித் அரசியல் கட்சிகள் மற்றும் தலித் இயக்கங்கள் தமிழகத்தின் விடுதலைச் சிறுத்தைகள் கட்சியை அணுகும் முறையிலிருந்து புரிந்துகொள்ள இயலும்.

விடுதலைச் சிறுத்தைகள் கட்சியை தேசிய, மாநில அளவிலான மற்ற தலித் கட்சிகள் தம்மிலிருந்து வேறுபட்டதாகவே பார்க்கின்றன, சற்று விலகியிருந்தும் பார்க்கின்றன. தமிழின அரசியல், தமிழ் மொழி அரசியல், ஈழவிடுதலை ஆதரவு, பெருந்தேசியத்துக்கு மாறான கூட்டாட்சித் தத்துவத்தை முன்வைத்தல், அடையாள அரசியலை ஏற்ற செயல்திட்டம் என்பவை தேசியத்தை ஏற்ற பல தலித் சிந்தனையாளர்களுக்கு உவப்பானதாக இல்லை. அவர்கள் தலித் விடுதலையில் மொழிவழி அரசியலுக்கு இடமில்லை என நம்புகின்றனர்.

அம்பேத்கரின் மொழிக் கொள்கை, மொழித் தேசியம் பற்றிய கருத்துகளைத் தாம் பின்பற்றுவதாகவும் நம்புகின்றனர். மொழிவழி மாநிலங்கள் அமைக்கப்படுதல் பற்றிய தன் விரிவான கருத்துரையில் (1955) அம்பேத்கர், "இந்திய தேசியம் ஒன்றுபட்டு இருக்க வேண்டும், ஒரு மாநிலத்திற்கு ஒரு மொழி இருக்கலாம் ஆனால் ஒரு மொழிக்கு ஒரு மாநிலம் இருப்பது தேசம் உடையக் காரணமாக அமையும், ஒரு மாநிலத்தின் தாய்மொழி அம்மாநிலத்தின் அலுவல் மொழியாக இருக்கக்கூடாது, அது தொடக்கத்தில் ஆங்கிலமாகவும் பின்பு ஹிந்தியாகவும் இருக்க வேண்டும், ஒன்றிணைந்த இந்தியத் தன்மையை உருவாக்க ஹிந்தி மொழியை நாம் அனைவரும் கற்க வேண்டும்" என்பதான சில கருத்துகளைத் தெரிவித்திருக்கிறார். ஹிந்தி மொழி, ஒன்றிணைந்த இந்திய தேசியம் பற்றிய பகுதிகளை மட்டும் பிரித்தெடுத்துக் கொண்டு வாசித்தால் அம்பேத்கரின் அரசியல் பற்றி நாமும் மிகத்தவறான முடிவுகளுக்கே வந்து சேருவோம்.

அம்பேத்கர், இந்திய மொழிகள், இந்து மதம் இரண்டிலும் சாதி ஆதிக்கமே மேலோங்கியுள்ளது அதனால் மொழிவழி அரசியலால் சிறுபான்மையினரான ஒடுக்கப்பட்ட மக்கள், பெரும்பான்மையினரான சாதி இந்துக்களின் அடக்கு முறைக்குத் தொடர்ந்து உள்ளாக வேண்டியிருக்கும் என்பதை விளக்கி அதனால் ஒரு மொழி கொண்ட பல மாநிலங்கள் அமைப்பது, ஒரு அலுவல் மொழி கொண்ட ஒருங்கிணைந்த தேசம் ஒன்றைக் கட்டமைப்பது பற்றிய திட்டத்தை முன்வைக்கிறார். தீண்டாமையைத் தன் பண்பாடு, சமயங்கள், மரபுகள், நம்பிக்கைகள், சடங்குகள் அனைத்தின் வழியாகவும் நியாயப்படுத்தி வருவதும், சாதிப் படிநிலையைத் தன் அடிப்படை அடையாளமாகக் கொண்ட சமூகங்கள் உள்ள நாட்டில் மொழிவழி அரசியல் தீய விளைவையே ஏற்படுத்தும்

என்ற அம்பேத்கரின் அன்றைய கணிப்பு பிழையானதல்ல. மொழி அரசியலின் விளைவு பற்றி அம்பேத்கர் இவ்வாறு விளக்குகிறார், *“மொழி வழி மாநிலங்கள் அமைக்கப்பட்டால் சாதியின் கொடிய விளைவுகள் தீவிரமடையும். சிறுபான்மைச் சமூகங்கள் சிதறடிக்கப்படும். அல்லது அவை அடக்குமுறைக்கும் அடிமைப்படுத்தலுக்கும் உள்ளாக்கப்படும். சட்டத்தின் முன் சமநீதி பெறுவதும் பொதுவாழ்வில் சமவாய்ப்புகள் பெறுவதும் அவர்களுக்கு மறுக்கப்படும்.”* மொழிப் பெரும்பான்மை பற்றிய அச்சம், ஒருங்கிணைந்த தேசிய அரசியலின் தேவை பற்றியும் அம்பேத்கரின் புரிதல்கள் வரலாற்று முக்கியத்துவமுடையவை, ஆழமான அக்கறைகளின் வழி உருவாக்கப்பட்டவை. தேசிய அரசியல் பின்னடைந்து உலகமயமான பொருளாதார அரசியல் அனைத்து மட்டங்களிலும் ஊடுறுவியுள்ள நிலையில், சாதி அரசியல், இந்து மத அரசியல் இரண்டும் வலிமை அடைந்து, புதிய வடிவங்களில் பெருகிவரும் நம் கால கட்டத்தில் மொழி அரசியல் பற்றிக் கூடுதலான தரவுகளின் அடிப்படையில் நாம் விவாதிக்க வேண்டியுள்ளது.

அந்த உரையாடலின் ஒரு பகுதியை மட்டும் நான் இங்கு பதிவு செய்கிறேன். ஒடுக்கப்பட்டோர் விடுதலையில் மொழியின் இடம் மிக முக்கியமானது. மண்ணை அடிமை கொள்ளுதல், இனத்தை அடிமை கொள்ளுதல், மொழியை அடிமை கொள்ளுதல் அனைத்தும் ஒன்றுடன் ஒன்று உறவுடையவை. மக்களின் மொழியை மக்களிடமிருந்து நீக்கிவிடும் பொழுது அவர்கள் அறிவின் வழி ஒன்றுமற்றவர்களாக மாறுகின்றனர். ஆப்பிரிக்க, தென்னமெரிக்க இனக்குழுச் சமூகங்கள் தம் மொழிகளை இழந்து அடக்குமுறையாளர்களின் மொழியைச் சுமந்து வாழ நேர்ந்ததின் மூலம் நிரந்தரமான அடிமைகளாக மாற்றப்பட்டனர். ஆட்சிமுறை, அறிவியல் துறைகள், நிர்வாகம், கல்வி, கலை-இலக்கியங்கள் என ஒவ்வொன்றும் தாய்மொழியற்ற வேறொரு மொழியில் செயல்படுத்தபடும் பொழுது மக்கள் அடிப்படையிலேயே அடிமைநிலையில் வைக்கப்படுகின்றனர், அவர்களிடம் அடிமை உளவியல் உருவாக்கப்படுகிறது. இந்தியாவில் ஆங்கிலம் ஒரு மொழி என்ற அளவிலேயே அடக்குமுறைத் தன்மைகொண்டது, அது தாய்மொழிவழியான அறிவை அறியாமை எனச் சொல்கிறது. ஆங்கிலத்தின் இடத்தில் ஹிந்தி வைக்கப்படும் பொழுது அது மற்ற மொழி மக்கள் மீது அதே வகையான அடக்கு முறையைச் செலுத்துகிறது.

ஹிந்தி மொழியைப் பேசும் மக்கள் ஆங்கிலம் தம் மீது செலுத்தும் வன்முறையை, கீழாக்கத்தை உணர்ந்துள்ளனர். மருந்துப் பொருள்கள் தொடங்கி உணவுப்பொருள்கள், மின்சாதனப் பொருள்கள், மின்னணுச் சாதனங்கள் என அனைத்தின் மீதும் ஆங்கிலத்தில் அச்சான சொற்கள் தங்களை அவமதிப்பதாக, அடிமைப்படுத்துவதாக, அந்நியமாக்குவதாக அவர்கள் ஒவ்வொரு நாளும் உணர்கின்றனர். ஆங்கிலம் ஒரு காலனிய, மேலாதிக்க ஆயுதமாகச் செயல்படுவதாக அவர்கள் பல சமயங்களில் குறிப்பிடுகின்றனர். அதனால் ஆங்கிலத்தை நீக்கிவிட்டு ஹிந்தியை இந்தியா முழுதும் கொண்டுவர வேண்டுமென அவர்களிடம் ஒரு வெறி உருவாகியுள்ளது. அவர்களின் அறியாமை இந்தியாவில் ஹிந்தி போல இன்னும் இருபதுக்கு மேற்பட்ட தாய்மொழிகள் உள்ளன, இருநூறுக்கு மேற்பட்ட கிளைமொழிகள் உள்ளன என்பதை மறைத்து விடுகிறது.

இன்றைய மொழி அரசியலில், மொழி அடக்குமுறையில் அதிகம் பாதிக்கப்படுபவர்கள் ஒடுக்கப்பட்ட மக்களும், உழைக்கும் பிற்படுத்தப்பட்ட மக்களும்தான் என்பதை நாம் கவனத்தில் கொண்டால் தமிழ் அரசியல் பேசும் விடுதலைச் சிறுத்தைகள் கட்சியின் அக்கறை இந்திய ஒடுக்கப்பட்ட, பிற்படுத்தப்பட்ட, பழங்குடியின மக்கள் அனைவருக்குமான மொழிவழி உரிமைகளைக் கவனத்தில் கொண்டுள்ளது என்பதைப் புரிந்துகொள்ள முடியும்.

மருத்துவத்துறையின் ஒவ்வொரு கட்டச் செயல்பாட்டையும் நாம் மொழிவழி வன்முறைக்கு உதாரணமாக எடுத்துக் கொள்ளலாம். இந்தியாவின் பல கோடிக்கணக்கான மக்கள் தங்களுக்கு வழங்கப்படும் மருந்துகளை தம்முன் வைத்துக்கொண்டு எந்த மருந்தை எந்த வேளை எத்தனை முறை சாப்பிடுவது எனத் தெரியாமல் துயர்ப்படுவதை ஒரு நூற்றாண்டாக நாம் பார்த்து வருகிறோம். மருந்தின் பெயரைப் படித்து வழங்க மருத்துவமனைகளில் தொழில்முறை மருந்தாளுநர்கள் தேவைப்படுகின்றனர். நோயின் பெயரை அறிந்துகொள்ளாமலும் மருந்துகளை அறியாமல் மாற்றி உட்கொண்டும் உயிரிழப்போர் எண்ணிக்கை இந்தியாவில் அதிகம். மருந்துக் கடைகளில் மருந்துகளைத் தம் வசதிக்கேற்ப மாற்றித்தரும் கொடுமையும் ஆங்கிலத்தால் நிகழ்த்தப்படும் ஏமாற்று வேலை. உயிர் வாழும் உரிமையுடன் விளையாடும் இந்த மொழி வன்முறை உணவுப்

பொருள்களின் வழியாக அதிகம் நிகழ்கிறது. ஒவ்வொரு உணவுப்பொருளின் மேலட்டையிலும் அதில் உள்ள மூலப்பொருள்கள், உலோக அலோகச் சேர்மங்கள், ஒவ்வாமை ஏற்பட உள்ள சாத்தியங்கள் பற்றி அச்சடிக்கப்பட்டுள்ளன, அனைத்தும் ஆங்கிலத்தில். ரொட்டியை வாங்கிச் சாப்பிடும் ஒருவருக்கு அதில் உள்ளவற்றைத் தெரிந்துகொள்ள ஆங்கிலம் தேவை என்றால் உயிர் வாழும் உரிமையுடன் அந்த ரொட்டி விளையாடுகிறது என்றுதான் பொருள். நாம் பயன்படுத்தும் பொருள்களை எப்படி உண்பது அல்லது இயக்குவது என்பதை வேற்று மொழியில் அச்சடித்து வைத்துக்கொண்டு நாம் என்ன செய்யப் போகிறோம்.

உலக மயமான சந்தையும், உலக மயமான பொருளாதாரமும் இன்று மக்களின் அறிவின் மீது பெரும் தாக்குதலைத் தொடுத்துள்ளன. தாய்மொழி அறிவை மட்டும் சார்ந்து இயங்கும் பெரும் மக்கள் கூட்டங்கள், இனங்கள் விளிம்பு நிலைக்குத்தள்ளப்பட்டு சமூகத்தின் மையத்திலிருந்து வெளியேற்றப்படுகின்றனர். இந்தியாவில் ஆங்கில வழிக்கல்வி ஒடுக்கப்பட்ட மக்களையும், பழங்குடியினரையும், உழைக்கும் பிற்படுத்தப்பட்ட, சிறுபான்மை மக்களையும் வெளியேற்றிவிட்டு தனித்த அறிவு அதிகாரம் பெற்ற வர்க்கம் ஒன்றை உருவாக்கி வைத்துள்ளது. தற்போது இந்த மொழிவழி அதிகாரம் பன்னாட்டு முதலீடுகளின் ஆயுதமாக மாறி பல மடங்கு அடக்குமுறையை விளிம்புநிலையாக்கத்தை உருவாக்கி வருகிறது. இந்தத் தாய்மொழி நீக்கத்தை ஆதிக்கச் சாதியினரும், நகர்சார் சாதியினரும் தமக்கான திறன்சார் பயிற்சியாக மாற்றிக்கொள்ள முடியும் ஆனால் ஒடுக்கப்பட்ட, பழங்குடிச் சமூகங்கள் மேலும் விளிம்புநிலைக்குத் தள்ளப்பட்டு தீண்டாமையின் புதிய வகைக் கொடுமைகளுக்கு ஆளாகிக் கொண்டிருக்கிறார்கள்.

அரசியல், சமூக, பொருளாதார விடுதலை மற்றும் சமத்துவத்திற்கான போராட்டங்களுக்குப் பதிலாக வெறும் உயிர் வாழும் உரிமைக்காகப் போராட வேண்டிய நிலைக்குத் தள்ளப்பட்டுள்ள இந்தியாவின் ஒடுக்கப்பட்ட, குடியின மக்கள் தம் மொழியில் பேசவும், எழுதவும், அறியவும் போராட வேண்டிய நிர்ப்பந்தம் தற்போது உருவாகியுள்ளது. தமிழ் காக்கும் போராட்டத்தை தலித் அரசியலின் தலைமையில் நிகழ்த்துவதற்கான வரலாற்றுத் தேவையை தமிழின் அடையாள அரசியல் இயக்கங்கள் புரிந்து கொள்ளுமெனில் தமிழின அரசியல் பொருளுடையதாக,

செயல்பாடுடையதாக மாறும் இல்லையெனில் சாதி இந்துக்கள் போல, சாதித் தமிழர்களை உருவாக்கவே மொழி உணர்வு பயன்படும். அம்பேத்கர் இந்த மொழிச்சாதி அரசியல் பற்றியே தன் அச்சத்தை அன்றைய சூழலில் தெளிவாக விளக்கினார். அனைத்து வகை அடக்குமுறைகளுக்கும் எதிராக பௌத்த அறத்தை முன்வைத்த அம்பேத்கருக்கு மொழிவழியான அடக்குமுறை பற்றி மிகத்தெளிவாகவே தெரியும், அதனால்தான் எங்கு சென்றாலும் அங்குள்ள மக்களின் தாய்மொழியைக் கற்று அம்மக்களின் தாய்மொழியில் தம் அறத்தைப் போதிக்கும் மரபைக் கொண்ட பௌத்தத்தை நவீன உலகிற்கான சமய நெறியாக அறிவிக்க முடிந்தது, அதே காரணத்தால்தான் அயோத்திதாசரால் பௌத்தத்தைத் தமிழ் நெறியாக மறு உருவாக்கம் செய்ய முடிந்தது. விடுதலைச் சிறுத்தைகள் இயக்கத்தின் மொழி அரசியல் அதன் தொடர்ச்சியாக அமைகிறது.

தலித் அரசியல்: கருத்தியலும் உடலும்

பேராசிரியர் பி. லட்சுமிநரசு அவர்கள் 1907ஆம் ஆண்டு வெளியிட்ட 'புத்த நெறியின் சாரம்' (எஸன்ஸ் ஆஃப் புத்திசம்) என்ற நூலை 1948இல் மறுவெளியீடு செய்த அண்ணல் அம்பேத்கர் அதற்கு எழுதிய முன்னுரையில் பேராசிரியரை இவ்வாறு அறிமுகம் செய்கிறார், "பேராசிரியர் நரசு ஒரு பக்திமறுப்பாளர், அவர் ஒரு சமூகச் சீர்திருத்தவாதி, சாதி அமைப்புக்கு எதிராகத் தனது முழு ஆற்றலுடன் போராடியவர், பத்தொன்பதாம் நூற்றாண்டில் எவருக்கும் முன்பாக இந்து மதத்தில் உள்ள சாதிக் கொடுமைக்கு எதிரான போராட்டத்தை வலிமைப்படுத்தியவர்."

முதல் பார்வையிலேயே இந்த வரிகள் ஒரு சிந்தனையாளரைப் புகழுவது என்பது நமக்குத் தெரியும். ஆனால் அண்ணல் வரலாற்றில் யாரையும் தேவையின்றி புகழும் வழக்கம் கொண்டவர் இல்லை. அவர் யாரையாவது மதிப்புடன் குறிப்பிடுகின்றார் என்றால், அவர்கள் மக்களுக்காக வாழ்ந்தவர்களாக, மக்கள் விடுதலைக்கான கருத்துகளை அளித்தவர்களாக, அறமும் அறிவும் கொண்ட பெரும் ஆளுமைகளாகவே இருப்பார்கள் என்பது உறுதி.

புத்த நெறி பற்றிய நூலை எழுதிய பேராசிரியரின் பெருமைகள் என அண்ணல் குறிப்பிடுவனவற்றைக் கவனியுங்கள்: பக்தி மறுப்பாளர், சமூகச் சீர்திருத்தவாதி, சாதி அமைப்புக்கு எதிராகப் போராடியவர், சாதிக்கொடுமைக்கு எதிரான போராட்டத்தை வலிமைப்படுத்தியவர். இவை அனைத்தும் புரட்சியாளராம் அம்பேத்கர் பார்வையில் பெருமைகளாக உயர்வடைகின்றன. பிற்போக்காளர்கள், சாதிவெறியர்கள், சமயவாதிகள் பார்வையில் இதே பண்புகள் இழிவுக்கும் வெறுப்புக்கும் உரியவை, தண்டிக்கப்படவேண்டியவை. தனிமனிதர்களின் வரலாற்றுப் பங்களிப்பை இந்தியச் சூழலில்

அண்ணல் அளவிட்ட முறை இவைதான் சீர்திருத்தம், சாதி மறுப்பு, தீண்டாமை கொடுமைக்கெதிரான போராட்டம். இவற்றில் ஒன்றில் பங்களிக்காதவர்கள் எத்தனை கற்றறிவு கொண்டவர்களாக இருந்தாலும் அண்ணல் அவர்களை வரலாற்றின் குப்பைகளாகக்கூட மதிப்பதில்லை.

அண்ணலின் பார்வையில் நவீன அறிவாளர்கள் எப்படி இருக்கவேண்டும் என்ற கேள்விக்குத் தெளிவான பதில் இதுதான் "அவர்கள் போராளிகளாக இருக்கவேண்டும்." போராட்டம், போராளி என்றவுடன் இந்துமத வெறியர்களும், சாதிகாக்கும் வன்கொடுமைக்காரர்களும், ஆணாதிக்க அறிவிலிகளும்கூட நாங்களும் போராடுகிறோம், நாங்களும் போராளிகள்தான் என ஆயுதங்களுடன் அணிதிரண்டு வரக்கூடும். இவர்கள் வெறும் வன்முறையாளர்கள்தானே தவிர நவீன அறிவியக்கம் சார்ந்தவர்கள் இல்லை.

நவீன அறிவு என்பது எதற்கு எதிராகப் போராட வேண்டும்? எதனைக் கருவியாகக்கொண்டு போராட வேண்டும்? என்பதை அண்ணல் மிகச்சுருக்கமாகச் சொல்கிறார். அதனையும் ஒரு அறிஞரை முன்வைத்து நமக்கு அடையாளம் காட்டுகிறார், "பத்தொன்பதாம் நூற்றாண்டின் சமூகப் போராளி பேராசிரியர் நரசு ஐரோப்பிய இனத்திமிருக்கு எதிராக நாட்டுணர்வின் ஆற்றலுடன் போராடினார், பழமைவாத இந்துமதத்திற்கு எதிராகக் கடவுள் ஒழிப்பின் வழி போராடினார், கிளைத்துப் பரவிய பிராமணியத்திற்கெதிராக தேசியத் தொலைநோக்குடன் போராடினார், அழுத்தி நசுக்கும் கிறித்துவத்திற்கெதிராகப் பகுத்தறிவின் வழியில் போராடினார், மகான் புத்தரின் போதனைகளின் மீது அவருக்கு இருந்த தளராத பற்றின் ஊக்கத்துடன் இந்தப் போராட்டங்களை அவர் முன்னெடுத்துச் சென்றார்." (பி.லட்சுமி நரசு, 1948). இனத்திமிர், மத அடக்குமுறை, சாதிவர்ண பாகுபாடு, அறிவை அடக்கும் சமய நம்பிக்கை இவற்றை இல்லாமலாக்கும் போராட்டத்திற்குத் தேவையானவை என அண்ணல் அடையாளம் காட்டும் கருத்தியல்கள் கருவிகள் நவீன தேசிய-தேச உணர்வு, கடவுள் மறுப்பு, பகுத்தறிவு, புத்தரின் போதனைகள். இந்தக் கருவிகள்தான் நவீனத்தன்மையடைவதற்கு அடிப்படைத் தேவை என்பதை அண்ணல் தன் ஒவ்வொரு சொல்லிலும் செயலிலும் விளக்கியிருக்கிறார்.

அம்பேத்கர் அடையாளம் காட்டும் நவீன எதிர்ப்பியக்கம் இந்தியாவின் பின்காலனியகால மக்கள் அரசியலுக்கான அடிப்படையை அமைத்துத் தந்துள்ளது. இதனை இவ்வளவு தெளிவாகவும் அழுத்தமாகவும் சொன்ன சிந்தனையாளர்கள், மக்கள் தலைவர்கள் இந்தியாவில் வேறு யாரும் இல்லை. இந்த அழுத்தமும் தெளிவும் அவரது அயராத ஆய்வுகளின் வழி உருவானவை. அண்ணலின் ஆய்வுமனம் சில முன்னோடிகளை நமக்கு அடையாளம் காட்டும்போது அதற்குப் பல அடுக்கு அர்த்தங்கள் கூடிவிடுகின்றன.

1949இல் பாராளுமன்றத்தில் அரசியல் அமைப்புச் சட்டத்தை அறிமுகப்படுத்தி ஆற்றிய உரையில் அண்ணல் மூன்று அறிவுரைகளை அளித்தார். அவை அனைவரும் அறிந்தவைதான், ஆனால் அதற்கான தலித்திய வரலாற்றுப் பின்புலம் மிகவிரிவானது. அவர் அளித்த அறிவுரைகளை முதலில் சுருக்கமாக நினைவு கொள்வோம்:

1) சமூக-பொருளாதார கோரிக்கைகளை ஜனநாயக அரசியலமைப்பின் வழியாகவே அடைய முயற்சிக்க வேண்டும். ஜனநாயக அரசியலமைப்பு உள்ளவரை வன்முறையான வழிகளில் போராடுவதை நாம் தவிர்க்க வேண்டும்.

2) தனிமனித வழிபாட்டையும் மகாமனிதர்கள் என யாரையும் துதிபாடுவதையும் நாம் விட்டொழிக்க வேண்டும். அரசியலில் பக்தியும் தலைமை வழிபாடும் நாசத்தை விளைவித்துக் கொடுங்கோன்மையே கொண்டுவரும்.

3) அரசியல் ஜனநாயகம் போதுமானது அல்ல, சமூக ஜனநாயகத்தை நாம் உருவாக்க வேண்டும். சுதந்திரம், சமத்துவம், சகோதரத்துவம் கொண்ட சமூக ஜனநாயகம் இன்றி அரசியல் ஜனநாயகம் நிலைத்திருக்க முடியாது.

இந்த மூன்று அறிவுரைகளும் அரசியல் பற்றிய தொடக்க அறிவு மட்டுமே கொண்ட, ஆனால் நிறைய கனவுகள் கொண்ட அரசியல்வாதிகளிடமும் மக்கள் தொகுதியிடமும் சொல்லப்பட்டவை.

இவற்றின் உள்ளார்ந்த பொருள் வேறு ஒன்றும் அல்ல, நவீன அரசியல் அறம் கொண்ட, அதாவது மக்களை மையமாகக்கொண்ட நவீன சமூக அமைப்பை நாம் உருவாக்க வேண்டும் என்பதுதான்.

இந்த அறிவுரையின் இன்னும் முழுமையான மையமாக, உள்ளடக்கமாக உள்ள கருத்து ஒடுக்கப்பட்ட மக்களின் விடுதலையும் சமத்துவமும்தான்.

ஜனநாயகத்தின் அடிப்படை என்ன என்பதைத் தனது பாராளுமன்ற உரையினூடாக விளக்குவதற்கு பௌத்த சங்கத்தை எடுத்துக் காட்டாகத் தருகிறார், "பாராளுமன்ற ஜனநாயக முறை இந்தியாவுக்குப் புதிதா, இல்லை. புத்த சங்க முறையில் பாராளுமன்ற ஜனநாயகமுறை கடைபிடிக்கப்பட்டுள்ளது, அந்த ஜனநாயக முறையை நாம் பின்னாளில் இழந்து விட்டோம். இரண்டாவது முறையும் நாம் அதனை இழந்து விடுவோமா? அதனை நான் உறுதியாகச் சொல்ல முடியாது. இந்தியா போன்ற பரந்துபட்ட நாட்டில் இந்த ஜனநாயகமுறை சர்வாதிகார அடக்குமுறையைக் கொண்டு வருவதற்கான சாத்தியம் உள்ளது." (இன்றுள்ள இந்துத்துவ கொடுங்கோன்மை அரசியலை நினைவு கொள்க.)

அப்படியெனில் அதனைத் தடுக்க, ஜனநாயகத்தைக் காக்க என்ன செய்ய வேண்டும் என்ற கேள்விக்கு அண்ணல் அளிக்கும் பதில், "தனிமனித வழிபாட்டையும் மகாமனிதர்கள் என யாரையும் துதிபாடுவதையும் நாம் விட்டொழிக்க வேண்டும். அரசியலில் பக்தியும், தலைமை வழிபாடும் நாசத்தை விளைவித்துக் கொடுங்கோன்மையே கொண்டுவரும்."

இவ்வளவு தெளிவான வழிகாட்டுதலை அளித்துள்ள அண்ணல், சில வரலாற்று முன்னோடிகளை நமக்கு அடையாளம் காட்டும்போது அதற்குப் பல அடுக்கு அர்த்தங்கள் கூடிவிடுகின்றன.

அண்ணலின் செறிவான ஆய்வு நூலான 'சூத்திரர்கள் யார்?' 1946இல் வெளிவந்தது. அதில் மகாத்மா ஜோதிபா ஃபுலே (1827-1890) நினைவைப் பதிவு செய்கிறார். முதல் பக்கத்தில் உள்ள அந்த வாசகம் எளிய அன்பைக் வெளிக்காட்டி ஏராளமான வரலாற்றைச் சொல்கிறது.

"ஆதிக்க சாதியினரிடம் அடிமைப்பட்டிருந்த தாழ்த்தப்பட்ட மக்களிடம் தாம் அடிமைப்பட்டிருக்கிறோம் என்ற உணர்ச்சியை ஊட்டியவர், அந்நிய ஆட்சியில் இருந்து விடுதலை அடைவதைவிடச் சமூக சமத்துவம் பெறுவதே உயிர்த் தேவையாக உள்ளது என்ற நற்செய்தியைப் பரப்பியவர், சூத்திர வகுப்பில்

பிறந்த நவீன இந்தியாவின் மிகச்சிறந்த மனிதர், மகாத்மா ஜோதிபா ஃபுலே-வின் நினைவாக இந்த நூல்.”

இதன் ஒவ்வொரு வரியிலும் ஒரு பெரும் வரலாறு, உண்மையான விடுதலையடையத் தவிக்கும் மக்களின் உயிர்த்தேவையின் வரலாறு படிந்து கிடக்கிறது. இந்த வரிகளில் உள்ள நவீன இந்தியாதான் அண்ணல் கண்ட நவீன இந்தியா.

1948இல் அண்ணல் எழுதியளித்த நூல் ‘தீண்டாமைக்குட்பட்டவர்கள்: யாராக இருந்தனர்? ஏன் அந்நிலையடைந்தார்கள்?’ “கி.பி.400 அளவில் தீண்டாமை உருவாக்கப்பட்டது, பௌத்தத்திற்கும் பிராமணியத்திற்குமிடையில் நடந்த மேலாதிக்கப் போராட்டத்தின் விளைவாக இது உருவானது” என்ற கருத்தை அயோத்திதாசரின் வழி நின்று விரிவான சான்றுகளுடன் விளக்கும் நூல் அது.

இந்த நூலின் நினைவளிப்பில் உள்ள பொருள்பொதிந்த வரிகள் இவை: “தீண்டாமைக்குட்பட்ட குலத்தில் பிறந்து தங்கள் பக்தியாலும் பண்புச் சிறப்பாலும் அனைவரின் பெருமதிப்பையும் பெற்ற நந்தனார், ரவிதாசர், சொக்கமேளர் ஆகியோரின் நினைவாக.” விடுதலைக்கான சொல்லாடலில் நம் மக்களின் நினைவில் எதனைப் பதிவு செய்ய வேண்டும் என்பதில் அண்ணல் காட்டிய கவனம் ஒவ்வொரு வரிகளின் ஊடாகவும் வாக்கியங்களின் ஊடாகவும் பெருகிச் செல்வதற்கு இவை உதாரணங்கள்.

விடுதலைக்கான முன்னோடிகளை, போராளிகளை நினைவுபடுத்தி நம் மக்களின் மறைக்கப்பட்ட வரலாற்றைத் தேடியளித்த அண்ணல்தான் ‘காங்கிரசும் காந்தியும் தீண்டாமைக்குட்பட்ட மக்களுக்கு இழைத்ததென்ன’ (1945) என்ற நூலை எழுதியளிக்கிறார்.

அதன் அன்பளிப்பு பக்கம் ஒரு காவியத்தன்மை கொண்டது, தோழமையில் தோய்ந்த அந்த எழுத்துகள் பல ஆய்வுரைகளுக்கு முன்னோடியான வரிகளைக் கொண்டது. ஆனால் அந்நூலின் முதல் பக்கத்தில் ஒரே மேற்கோள் வாக்கியம் இந்திய வரலாற்றை இரண்டாகப் பிளந்து விடுகிறது.

“எங்களுக்கு ஆண்டைகளாக இருப்பது உங்களுக்கு மகிழ்வளிப்பதாக இருக்கலாம், ஆனால் உங்களுக்கு அடிமைகளாக இருப்பது எங்களுக்கு எப்படி உவப்பானதாக இருக்க முடியும்? –

துசிடைசஸ்." இந்த வாக்கியங்களூடாக நம் மக்களின் வாழ்க்கைக் கதை பொங்கிப் பாய்கிறது.

அது காங்கிரஸ்-காந்தி என அனைத்துக் கட்டுக்கதைகளையும் புரட்டி உடைக்கும் போராக விரிகிறது. இந்த நூலின் ஒவ்வொரு வரியிலும் அறச்சீற்றத்தின் அழல் சுடுவதை உணரலாம். "மகாத்மா ஜோதிபா ஃபுலே" என அன்புடன் குறிப்பிடும் அண்ணல் காந்தியை மகாத்மா என்று குறிப்பிடுவது இல்லை என்பதுடன் கடும் சொற்களால் அவரைத் தன் வாழ்நாள் முழுக்க விமர்சிக்கவும் செய்தவர்.

இதற்கான காரணமும் நியாயமும் தலித் அரசியல் அறிந்த, ஒடுக்கப்பட்ட மக்களை நேசிக்கும் யாருக்கும் எளிதாகப் புரிந்துவிடும். ஆனால் வெளியில் உள்ளவர்களுக்குப் புதிராகவே இருக்கும். இது புதிர் அல்ல, அரசியலின் அடிப்படை அறம் சார்ந்தது.

காந்தி தனிமனிதராக இருந்தும் காங்கிரசுடன் இணைந்தும் இந்தியாவின் தலித் அரசியலுக்கான களத்தை இல்லாமலாக்கினார். ஒடுக்கப்பட்ட மக்களைத் தன் தெய்விக-புனித பிம்பத்தின் வழி தனித்தன்மையுடைய அரசியலற்றவர்களாக மாற்றினார்.

பிராமண மையமான இந்திய அரசியலுக்கு அது பெரும் அடித்தளத்தை அமைத்துத் தந்துவிட்டது. இரக்கத்திற்கான மக்களாக, விடுதலையைக் கெஞ்சிப் பெறும் மக்களாகப் போராடும் மக்களை மாற்றிவிடுவது போல ஒரு கொடுமை வேறு இல்லை.

இதனைக் காந்தி அன்பு, அருள், கருணை என்ற பெயர்களில் செய்தது அண்ணல் போன்ற ஒரு அறம்சார் அறிஞருக்கு, தன் மக்களின் விடுதலையுடன் தன் நாட்டின் விடுதலையை இணைத்துச் சிந்தித்த ஒரு தலைவருக்கு, பகுத்தறிவைத் தன் ஒவ்வொரு சொல்லிலும் செயலிலும் பிணைத்து வைத்திருந்த புரட்சியாளருக்குச் சீற்றத்தை, வெறுப்பை உருவாக்கவே செய்யும்.

ஹரிஜன் என்ற பெயரை ஒடுக்கப்பட்ட மக்களில் பெரும்பான்மையினர் ஏற்கவில்லை. காந்தி வைஷ்ணவர் என்பதால் ஹரிஜன் (வைஷ்ணவ மக்கள்) என்றார், சிவமதம் சார்ந்தவர் என்றால் ஹரஜன் (சிவனின் மக்கள்) என்று பெயரிடுவார். இந்தப் பெயரிடுதல்கள் பற்றி நம் மக்களிடம் கேட்க

யாருக்கும் தோன்றுவதில்லை. ஆதிதமிழர், ஆதி திராவிடர் என்ற பெயரிடுதல்களிலும் இந்தச் சிக்கல் உண்டு.

அண்ணல் காட்டிய அந்தச் சீற்றமும், வெறுப்புமே உண்மையான தலித் அரசியலின் அடிப்படைகள், அதுவே ஒடுக்கப்பட்டோரின் விடுதலை அரசியலுக்கான தொடக்கமும்கூட. அண்ணல் தன் சீற்றத்தை மிகப்பெரும் ஆய்வுகளாக மாற்றினார். அந்த ஆய்வுகளின் அடிப்படை செய்தி இதுதான், "ஒடுக்கப்பட்ட மக்கள் அரசியல் அதிகாரம் அடையவேண்டும். ஒடுக்கப்பட்டோர் தலைமையில் இந்திய அரசியலும், சமூகமும், பொருளாதாரமும் அடிப்படை மாற்றங்களை அடைய வேண்டும்."

"ஒடுக்கப்பட்ட மக்களின் விடுதலை பிற சாதிகளால், பிற தலைமைகளால் அளிக்கப்படுவதோ, பங்கிடப்படுவதோ இல்லை, அது மேல்நிலையடைந்து பின் சமத்துவம் நோக்கித் தளரவேண்டும்." இதனை ஏற்காத எந்த அரசியலும் கருணை, அருள், அன்பு என்ற வெற்றுப் பெயர்களில் தீண்டாமையை, அடிமைத்தனத்தை, வன்கொடுமைகளை நிலைத்திருக்கவே செய்யும். அண்ணலின் ஆய்வுகள் நமக்கு மீண்டும் மீண்டும் இதனையே சொல்லித் தருகின்றன.

தலித் அரசியலின் தொடக்கமே இந்தியாவின் ஆதிக்கசாதி, இடைநிலைச்சாதி, பிராமண சாதிகளின் தேசிய நாடகத்தைத் தொடங்கி வைத்தது. தேசபக்தியும் தெய்வபக்தியும் இணைந்த இந்தப் பிற்போக்குச் சக்திகள் ஒடுக்கப்பட்ட மக்கள் அரசியல்-சமூக அடையாளம் பெறுவதைக் கண்டு அஞ்சியும் பொருமியுமே தேசபக்தி, தேச விடுதலை, அரசியல் விடுதலை என அலங்கார அணிவகுப்பைத் தொடங்கினார்கள்.

அதன் இன்றைய நீட்சிதான் இந்துத்துவ தன்மை கொண்ட இடைநிலைச்சாதிகள்-பிற்பட்ட சாதிகளின் பாசிசக் குரல்கள். அதாவது சாதிகளை, தீண்டாமையை மீட்டுருவாக்கம் செய்து பிராமணத் தலைமை கொண்ட ஆதிக்கசாதி அரசியலை உருவாக்குவதுதான் இவர்களுடைய அடிப்படைச் செயல்திட்டம்.

தேசியம், அரசியல் விடுதலை என்ற பெயர்களில் நம் மக்களை உள்ளடக்குவது போன்ற தோற்றத்தை, நம் மக்களின் மீது அன்பு கொண்டது போன்ற பாசாங்கை இவர்கள் உருவாக்கிய போது தனித்தன்மை கொண்ட தலித் அரசியலின் வேர்கள் வெட்டப்பட்டன. தங்களின் சாதி மேலாதிக்கத்திற்கு எந்தக்

குறைவும் இன்றி நவீன அரசியல் நடத்த அவர்கள் தீட்டிய திட்டம் இன்றுவரை சாதிஇந்தியா - சேரிஇந்தியா என்ற இருவடிவங்களில் நீண்டு கொண்டே இருக்கிறது.

"சாதிமதங்களைப் பாரோம் உயர் ஜன்மம் இத்தேசத்தில் எய்தினராயின்

வேதியராயினும் ஒன்றே அன்றி வேறுகுலத்தினராயினும் ஒன்றே

ஈனப்பறையர்களேனும் அவர் எம்முடன் வாழ்ந்திங்கிருப்பவர் அன்றோ ?

சீனத்தராய்விடுவாரோ பிற தேசத்தார் போற்பல தீங்கிழைப்பாரோ ?

ஆயிரம் உண்டிங்குசாதி எனில் அன்னியர் வந்து புகல் என்ன நீதி ? ஓர்

தாயின் வயிற்றில் பிறந்தோர் தம்முள் சண்டைசெய்தாலும் சகோதரர்

அன்றோ ?"

இந்த வரிகளில் கெட்டியாகப் படிந்துள்ளது பிராமண மையமான சாதி அரசியல். சாதி காக்கும் சமூகத்தில் 'சமத்துவம்' பேசும் இதுபோன்ற பாடல்கள்கூட நம் மக்களை இழித்துக் கொல்வதை அயோத்திதாசர் அன்று பெருஞ்சீற்றத்துடன் எதிர்த்தார்.

இந்த வரிகள் தனிமனிதன் ஒருவனின் வரிகள் அல்ல இந்து-வைதிக அரசியலின் பொது உளவியல் இது. ஆயிரம் உண்டிங்கு சாதி எனில் அன்னியர் வந்து புகல் என்ன நீதி? என்ற அந்த வாக்கியத்திற்கு அம்பேத்கர் அளித்த பதில்தான் "எங்களுக்கு ஆண்டைகளாக இருப்பது உங்களுக்கு மகிழ்வளிப்பதாக இருக்கலாம், ஆனால் உங்களுக்கு அடிமைகளாக இருப்பது எங்களுக்கு எப்படி உவப்பானதாக முடியும்?"

இந்தியச் சனாதன அரசியலின் மென்குரலாக ஒலிக்கும் பாரதி பதிவு செய்யும் முற்போக்குக் குரல் இதுதான், "ஒரே தேசத்தில் எத்தனையோ யுகங்களாய் வசித்துவரும் நமது சகோதரர்களாகிய பஞ்சமர்களை நாம் அவ்வாறு நடத்திவந்தால், அவர்களுக்குச் சுதேசாபிமானம் எவ்வாறு ஏற்படும்? அன்னியர்கள் அவர்களை நாம் நடத்துவதைக் காட்டிலும் மேலாக நடத்தினால், அவர்கள் அந்த அன்னியர்களுக்கு வசப்பட்டுப் போகிறார்கள்."

"பஞ்சமர்களை நாம் எவ்வாறு சகிக்க முடியாத கொடுமைக்கிடமாக நடத்தினோமோ அவ்வாறே நம்மையும் அன்னியர் நடத்திக் கொண்டு வருகிறார்கள்." (இந்தியா-02-01-1909)

"நமது தேசத்தில் ஆயிரக்கணக்கான ஜாதி பேதங்கள் இருக்கின்றன. ஒன்றுக்கொன்று விவாகம், பந்தி போஜனம் எதுவுமே

செய்து கொள்வதில்லை. பெரும்பான்மையான ஜாதியார் ஒருவருக்கொருவர் தீண்டுவதில்லை. பிராமணர் மற்றெல்லா ஜாதியர்களையும் தீண்டாத ஜாதியாகத்தான் பார்க்கிறார்கள்."

"இதனால் பஞ்சமர்களை சுத்தமாக ஸ்நானம் முதலியன செய்துவிட்டுத்தான் கோயிலுக்குள் வரலாமென்று ஏற்படுத்தினால், அது நியாயம். அப்படிக்கில்லாமல் நிஷ்காரண்யமாகப் பதினாயிரக்கணக்கான நமது சகோதரர்களை நாம் கோயிலுக்குள் வராமல் தடுத்து வைத்தால், அவர்கள் கிறிஸ்தவம், மகமதியம் முதலிய அந்நிய மதங்களில் சேர்ந்துவிடுவார்கள்." (கோயில் சீர்திருத்தம் கட்டுரையில் பாரதி)

இந்து-இந்திய நடிப்பு 'முற்போக்குக் குரலில்' இன்றும் ஒலிக்கும் 'நமது சகோதரர்கள்' என்ற தொடர் ஒரு கருத்துருவ வன்முறையென தலித் அரசியல் கற்ற அனைவருக்கும் தெரியும். ஆனால் இந்தக் கருத்துருவத்தில் ஒடுக்கப்பட்ட நம் மக்களின் உடல்கள் அடங்குவதில்லை, அடங்கவும் முடியாது, ஏனெனில் இது சாதி காக்கும் குரல், சனாதனம் போற்றும் குரல், தேசபக்தி- தெய்வ பக்தி என்ற வெறிநோய்களால் பீடித்த குரல்.

சாதி நீக்கம் செய்யாத, சாதி உடலாக இருப்பதை விட்டு வெளியேறாத யாரும் சாதிச் சமத்துவம் பேச இயலாது. தலித் அரசியல் என்ற கருத்தியலை ஏற்பதாகச் சொல்லிக்கொண்டு தலித் தலைமையை ஏற்காத, தலித் அரசியலின் அதிகாரம்பெறும் உரிமையை ஏற்காத ஒவ்வொருவரும் தலித் உடல்களை இழிப்பவர்களாக, சாதி கடந்த அரசியல் என்ற அடையாளத்துடன் சாதி அரசியல் மேலாதிக்கத்தைக் கைப்பற்றுகிறவர்களாக மாறுகின்றனர்.

சாதி அரசியல் என்ற தொடரைத் தலித் அரசியலின் வளர்ச்சிக்குப் பின்தான் இந்திய ஊடகங்களும் குறையறிவுக் கொள்கையாளர்களும் பயன்படுத்தத் தொடங்கினர். அதாவது சாதி ஒழிப்பு அரசியலை 'சாதி அரசியல்' என்று சொல்லி அடையாளப்படுத்தினர். சாதியைத் தவிர வேறு அரசியல் அற்ற இந்திய மண்ணில் இதனை முற்போக்கு அரசியல் எவ்வாறு எதிர்கொண்டது, எதிர்கொள்ளப் போகிறது என்பதை வைத்தே இனியான இந்திய அரசியலின் தன்மையும் செயல்பாடும் அமைய முடியும்.

தற்போது சட்டமன்ற தேர்தல் பின்னணியில் விடுதலைச் சிறுத்தைகள் கட்சியுடன் அணியாக நிற்க முன்வந்துள்ள இடதுசாரிகள் விடுதலைச் சிறுத்தைகளின் தலைமை ஏற்று முன்செல்லுவதற்கான மனத்தகவு கொள்வார்களேயானால் இந்தியாவின் முற்போக்கு அரசியல் சாதி ஒழிப்பிற்கானதாகத் தன்னை மாற்றிக் கொண்டதன் தொடக்கமாக அமையும்.

இந்திய முற்போக்குக் கட்சிகள், இயக்கங்கள் அனைத்தும் தலித் தலைமையைக் கட்டாய நிபந்தனையாக ஏற்கும் எனில் இந்திய அரசியல் நவீனத் தன்மை அடையத் தொடங்கியுள்ளதாக நாம் சொல்லிக்கொள்ளலாம்.

இதனை அண்ணல் இதே வரியில் சொல்லியிருக்கிறாரா? இந்து மதம் பற்றிக் கேள்வி கேட்ட போது தீண்டாமைக்குட்பட்ட சாதியில் பிறந்த ஒருவரை ஆச்சாரியராக ஏற்பீர்கள் எனில் என் மக்களை நான் இந்துக்களாக இருக்கச் சொல்கிறேன் என்ற நிபந்தனைதான் சாதி கடந்த அரசியல், சாதி அழிக்கும் அரசியலுக்கும் பொருந்தும்.

'நவீன இந்தியாவின் மிகச்சிறந்த மனிதர்' என ஜோதிபா ஃபுலேவை அண்ணல் குறிப்பிட்டதை நான் இங்கு நினைவூட்டியதற்குக் காரணம் இதுதான், 'நவீன இந்தியாவின்' ஒவ்வொன்றும் நவீனத்தன்மை அடைவதற்கு உள்ள மூன்று வழிகள் தலித் மையத்தன்மை, தலித் அரசியல் தன்மை, தலித் தலைமை ஏற்ற சமூக மனம். இது முற்போக்குத் தன்மை அல்ல கருத்துருவமாக மட்டும் ஏற்றுக்கொள்ள. இது தலித் அரசியல் கருத்துருவம் பொதிந்த உடலால் அமைவது. தலித் தலைமையை ஏற்று முன் செல்வது.

விடுதலைக்கான அறிவியல்

"ஒட்டுமொத்த மானுடமும் ஒரே குலம்; ஒட்டு மொத்த நாடுகளும் ஒரே நாடு; ஒட்டுமொத்த மொழிகளும் ஒரே மொழி என உலகில் 'யாவும் ஒன்றே' என்னும் ஒற்றை அலகை உருவாக்கிட இயலாது. அது இயங்கியலுக்கு முரணானது. அவ்வாறு நிகழவே நிகழாது. பல்வேறு அளவுகள், பல்வேறு வடிவங்கள், பல்வேறு ஆற்றல்கள், பல்வேறு நோக்கங்கள் என மானுடம் மற்றும் பிரபஞ்சம் பன்முகக் கூறுகளைக் கொண்டிருப்பதால், பல்வேறு அமைப்புகள் உருவாவதும் இயங்கியல் போக்கேயாகும்."

(அந்நியமாதலும் அய்க்கியமாதலும் கட்டுரையில் தொல். திருமாவளவன்)

இந்திய வரலாற்றில் தலித் அரசியலின் தேவையும் வலிமையும் உணரப்பட்டுள்ள இன்றைய காலப்பகுதி அடுத்தகட்ட அரசியலைத் திட்டமிடவும், வடிவமைக்கவுமான ஒரு அழுத்தத்தைக் கொண்டுள்ளது. தலித் சமூகத்திற்கான விடுதலையை உறுதி செய்வதற்காகவும் தலித் மக்களின் மீதான வன்கொடுமைகளுக்கெதிராக ஒன்றுபட்டுப் போராடுவதற்காகவும் தலித் சமூகத்திற்கு மற்ற சமூகங்களுக்கிணையான பொது உரிமைகளைப் பெற்றுத் தருவதற்காகவும் எனச் சில அடிப்படை இலக்குகளைக் கொண்டு தலித் அரசியல் இயக்கங்களும் அமைப்புகளும் செயல்பட்டுக்கொண்டிருந்தாலும் 'தலித் அரசியல்' என்ற முழு அரசியல் கோட்பாடு, மெய்யியல் மற்றும் சமூகக் கருத்தியல் தொகுதி என்பது தலித் சமூகங்களின் உரிமைகளுக்காகவும் விடுதலைக்காகவும் மட்டுமின்றி இந்தியச் சமூகங்கள் அனைத்தையும் நவீனப்படுத்துவதற்கான திட்டத்தையே தனக்குள் கொண்டுள்ளது.

தலித் அரசியல் மற்றும் கோட்பாடுகள் என்பவை தலித் மக்களின் விடுதலையைத் தம் முதன்மை இலக்காகக் கொண்டிருந்தாலும் அவை ஒட்டு மொத்த இந்தியச் சமூகத்தையும் 'விடுதலை அரசியலை' நோக்கிச் செலுத்தக் கூடிய செயல் திட்டத்தைத் தமக்குள் கொண்டுள்ளன. அதாவது ஏற்றத்தாழ்வை இயற்கையென ஏற்றல், அடிமைப்படுத்தல்-அடிமைப்படுதல், ஒடுக்குதல்-ஒடுங்கியிருத்தல், மனித மதிப்புகளை நசுக்குதல்-தன் மதிப்பை இழந்து வாழ்தல் என்பனவற்றை நியாயப்படுத்தும் சமய, சமூக, அரசியல் மதிப்பீடுகள் மற்றும் விதிகளைத் தமது உள்ளீடாகக் கொண்டுள்ள இந்தியச் சமூகத்தை முழுமையாக அவிழ்த்துப் பிரித்து மீண்டும் புதிய அமைப்பாகக் கட்டும் பெரும் பணியையே தலித் அரசியலும் தத்துவமும் தம் அடிப்படையாகக் கொண்டுள்ளன.

சாதி வேற்றுமைகளை இயற்கை என்றும் புனித விதிப்பட்டது என்றும் வலியுறுத்துவதுடன் தீண்டாமை என்பதைத் தன் உளவியல் அமைப்பிலேயே பதிந்து வைத்துக்கொண்டு அனைத்து வகையான ஒதுக்குதல்கள், வெளிநிறுத்துதல்களையும் நியாயப்படுத்தும் ஒரு பொதுஉளவியல்பு இந்தியச் சமூகத்தில் தொடர்ந்து நிலவி வருகிறது. இதனை ஆதிக்கச் சாதிகள், மேல் நிலைச்சாதிகள், இடைநிலைச்சாதிகள் என்ற மூன்று தளங்களிலும் காண முடியும். இவை சாதிப்பிரிவுகளை மட்டும் அடிப்படையாகக் கொண்டவை அல்ல சாதி ஏற்றத்தாழ்வுகள், சாதி மேல்கீழ் படிநிலைகள், சாதி ஒதுக்குதல்கள் மற்றும் சாதி ஒடுக்குமுறைகள் என்பனவற்றை அடிப்படையாகக் கொண்டவை. இவற்றைவிடத் தீண்டாமை, வெளி நிறுத்துதல், விலக்கிவைத்தல், ஒதுக்கி வைத்தல் என்பனவற்றைத் தமது உள்விதியாகக் கொண்டவை. இச்சாதிகள் தமக்குள்ளான வேறுபாடுகள், மேல்கீழ் படிநிலைகள் என்பனவற்றைக் கொண்டிருந்தாலும் ஒடுக்கப்பட்ட மக்களை தலித் சமூகங்களை வெளியே நிறுத்துதல், விலக்கி வைத்தல் என்ற தீண்டாமை, அணுகாமை, உரிமை கோராமை என்ற வடிவங்களில் அடக்குமுறைக்கு உள்ளாக்குவதில் மட்டும் ஒன்றிணைந்து செயல்படுகின்றனவையாகத் தம்மை வைத்துக் கொள்கின்றன.

தலித் சமூகங்களில் தனி மனிதர் என்ற நிலையிலோ குழுவாகவோ எப்போதாவது உரிமை கோருதல், அடிமைப்பட மறுத்தல், கீழ்ப்படிய மறுத்தல் என்பவை நிகழும் போது வன்முறையை ஏவுவதிலும் அழித்தொழிப்புகளைச் செய்வதிலும் இந்தச்

சாதிகள் அனைத்தும் ஊர், நகரம் என்ற அடிப்படையில் ஒன்றிணைந்து கொள்கின்றன. இந்தியச் சமூகத்தில் ஆகக் கடைசியும் அடிப்படையுமான ஒரு எதிர் நிலைப்படுத்தல், முரண் அடையாளம் என்ற ஒன்று இருக்கும் என்றால் அது தலித் சமூகம் மற்றும் இச்சமூகத்தைக் கீழ்ப்பட்ட நிலையில் வைத்திருக்கும் சாதிச் சமூகங்கள் என்ற இரு பிரிவுகளாகவே இருக்கும். அதனால்தான் தலித் அரசியல் என்பது இந்திய வரலாற்றில் அடிப்படை மாறுதல்களுக்கான அரசியலாகத் தன்னை வைத்துக்கொள்ள வேண்டிய தேவையைக் கொண்டுள்ளது.

தீண்டாமையை நியாயப்படுத்தக்கூடிய, இயல்பு என ஏற்கக்கூடிய ஒரு சமூக மனம் தேசம், தேசியம், நவீனச் சமூகம், குடிமைச் சமூகம், மனித உரிமைகள், சமத்துவம், சுதந்திரம் என்ற உயர் மதிப்பீடுகளையோ கருத்தியல்களையோ ஏற்றுக்கொள்ளாது. ஒடுக்குதல், விலக்கி வைத்தல் என்பதைத் தன் உளப் பண்பாக வைத்திருக்கும் 'சமூக மனம்' நவீன அறிவு, குடிமைச் சமூக விதிகள் என்பனவற்றை வெறுத்து ஒதுக்கவே செய்யும். இந்தச் 'சாதிய' உளப்பாங்கு 'சாதி இந்துத் தன்மை' என்பதை அடைந்து இன்றைய 'இந்து மைய அரசியல்' வரை விரிவடைந்து இருக்கிறது. அதாவது நவீன தேசம், தேசிய அரசு, அரசியல் அமைப்பு, மனித உரிமைகள் என்பனவற்றை அடிப்படையாகக் கொண்ட மக்கள் ஆட்சி, குடிமை அரசு என்பவற்றுக்கு எதிரான 'ஆதிக்க அரசியல்' தன்மையை 'சாதிய உளவியலை' வளர்த்துத் தந்திருக்கிறது. இது இந்தியாவை ஒரு நவீன தேசமாக மாற்றும் செயல்திட்டத்திற்கு முற்றிலும் பகைமையானது. தேசிய உருவாக்கத்தை அழித்து வன்முறை கொண்ட அடக்கி ஆளுதல் என்பதை நியாயப்படுத்துவது.

இந்த அடக்குமுறைகளைத் தன் கருத்தியல் தளத்திலேயே எதிர்த்துச் செயல்படும் ஒரு அரசியல் என்ற வகையில்தான் 'தலித் அரசியல்' என்பது நவீன இந்திய அரசியலுக்கே அடிப்படையை உருவாக்கித்தரும் தகுதியைப் பெற்றுவிடுகிறது. ஏனெனில் இது இந்தியச் சமூகங்களை 'பண்பட்ட' தன்மதிப்பு கொண்ட, அற உணர்வு கொண்ட சமூகங்களாக மாற்றுவதற்கான மெய்யியல் மற்றும் இயங்கியல் கருத்தாக்கங்களைத் தனக்குள் கொண்டுள்ளது. இந்தியச் சமூகங்கள் தம்மைச் சமூக அறங்கள், சமூக நீதிகள் கொண்ட அமைப்புகளாக மாற்றிக் கொள்ளவும் மறுசீரமைப்புச் செய்துகொள்ளவும் 'தலித் அரசியலின்' கருத்தியல்களே

அடிப்படை முன் நிபந்தனையாக உள்ளன. இதனைப் புரிந்து கொள்ளாத நவீன அரசியல், சமூக, வரலாற்று அறிவு என்பது இந்தியச் சூழலில் முன்திட்டம் கொண்ட, பகுத்தறிவுக்கெதிரான சதிச்செயல்களின் ஒரு வடிவமாகவே இருக்க முடியம். தலித் அரசியல் அந்த வகையில்தான் தலித் அல்லாத சமூகங்களுக்குமான விடுதலை அரசியலாகத் தன்னை வைத்துக் கொள்கிறது.

தொன்மையான இந்தியச் சமூகத்தில் பௌத்தம் என்பது இவ்வகை தூய்மையாக்க அரசியலுக்குத் தொடக்கமாக அமைந்திருந்தது. அறம் சார்ந்த அரசியல், நீதி-சமத்துவம்-பொதுமை என்பனவற்றை வழிகாட்டு நெறிகளாகக் கொண்ட சமூக மதிப்பீடுகள், ஒடுக்குதல் மற்றும் ஒதுக்குதலை தீமையெனக் கூறும் கருணை அடிப்படையிலான ஒழுக்க நெறிகள் எனப் பல்வேறு உயர்நிலைக் கருத்தாக்கங்கள் வழியாக பௌத்தம் மனித வரலாற்றில் ‘முதன் முதலாக’ சுதந்திரம், சமத்துவம், சகோதரத்துவம், சமூகப் பொதுஅறம் என்பனவற்றை ஒரு நிறுவனம் சார்ந்த செயல்திட்டமாக முன் வைத்தது. இந்த மறு சீரமைப்பு, புத்தமைப்பு என்பது அதுவரை இருந்த அடக்குமுறை, ஆதிக்கம், ஆட்சி என்பனவற்றை மையமாகவும் புனித விதியாகவும் கொண்டிருந்த சமூக அமைப்புகள் மற்றும் சமய விதிகளுக்கு முற்றிலும் மாறானது.

அந்த வகையில் பௌத்தமே உலக அளவில் உருவான எந்தச் சமயத்தையும் விட ‘மக்கள் மையத்’ தன்மை கொண்டதாக அமைந்திருந்தது, விரிவடைந்து பரவியது. இதனை அண்ணல் அம்பேத்கர் தம் ஆய்வு வழியாகக் கண்டறிந்து கூறுகிறார். பௌத்தம் மற்ற தொன்மையான சமயங்கள் *(Primitive Religion)*, சட்ட விதிகளால் அமைந்த சமயங்கள் *(Religion of Law)* என்பவற்றுக்கு மாறாக மெய்யியலால் அமைந்த சமய நெறி *(Religion of Philosophy)* என்பதை அம்பேத்கர் மீண்டும் தெளிவுபடுத்துவதற்கு ‘புதிய அரசியல் திட்டம்’ ஒன்றையும் ‘புதிய வாழ்வியல் நெறி’ ஒன்றையும் இந்தியாவுக்கு உருவாக்கித் தர வேண்டும் என்ற நோக்கமே முதன்மைக் காரணமாக அமைந்திருந்தது. ஒரு தொன்மையான சமூக மெய்யியல் மரபை புதுப்பிப்பதன் மூலம், மறுகட்டமைப்பு செய்வதன் மூலம் இந்தியாவுக்கு ஒரு மாற்று அரசியல், சமூகப் பண்பாட்டு நெறியை, ஒரு கோட்பாட்டுத் தொகுதியை வழங்க முடியும் என்று அம்பேத்கர் நம்பினார். இந்த நம்பிக்கை ஒடுக்கப்பட்ட மக்களை விடுவிப்பதற்காக மட்டுமின்றி,

இந்தியச் சமூகத்தை மறு சீரமைப்பு செய்து அறவுணர்வு பெற்றதாக மாற்றிவிட வேண்டும் என்ற நோக்கத்தையும் அடிப்படையாகக் கொண்டு எழுந்த ஒன்று.

ஆனால் நவீன இந்தியா, இந்திய தேசிய உருவாக்கம் என்பதன் முதன்மைக் கருத்தியலாளராகவும், கோட்பாட்டு ஆசிரியராகவும் ஏற்றுக்கொள்ளப்பட்டு பயிலப்பட வேண்டிய அம்பேத்கரின் சிந்தனைகள் இன்றுவரை விளிம்பு நிலையில் வைக்கப்பட்டதாகவும் வெளியே நிறுத்தப்பட்டதாகவுமே இருந்து வருகிறது. அரசியல் அமைப்புச் சட்டத்தை எழுதிய ஒரு சட்ட வல்லுநர் என அம்பேத்கரை அடையாளப் படுத்துவதுதான் இங்கு நிகழ்ந்துள்ள உச்சபட்ச அங்கீகாரம். இதனையும்கூட உள்ளடங்கிய வெறுப்புடன் குறிப்பிடும் ஒரு பொது 'அரசியல் உளப்பாங்கு' இப்போது வலிமை பெற்று வருகிறது.

'அம்பேத்கர்' என்பவர் இடஒதுக்கீட்டை இந்திய அரசியல் அமைப்பில் புகுத்த சதி செய்த ஒரு 'சாதித் தலைவர்' என்ற அடையாளப்படுத்துதலும் பரவலாக்கப்பட்டுள்ளது. இதன் தொடர்ச்சியாகவே இந்திய 'அரசியல் அமைப்புச் சட்டத்தை மாற்றவேண்டும் அல்லது மாற்றுவோம்' என்ற வெறிக் கூச்சல்களும் மேதாவித்தனமான உளறல்களும் தொடர்ந்து எழுந்தபடி உள்ளன. இந்திய வரலாற்றில் இந்த வெறுப்பு உளவியலின் தாக்குதலுக்கும் வர்ண-சாதி வெறியர்களின் இழிவுபடுத்தலுக்கும் தொடர்ந்து உள்ளான ஒரு குறியீடு ததாகதர் கௌதம புத்தர். புத்தரைப் பற்றிய இந்து சனாதன கட்டுக்கதைகளும் இழித்துரைகளும் பல தொகுதிகளாகத் தொகுக்கப்படும் அளவுக்கு விரிந்து கிடக்கின்றன. (அதே சமயம் இந்திய ஒடுக்கப்பட்ட மக்களின் மரபுகளில் வெவ்வேறு வடிவங்களில் புத்தர் படிந்து இருந்திருக்கிறார். தேசிய அடையாளத்தைக் கட்டமைக்க புத்தரை மறுஉருவாக்கம் செய்ய வேண்டிய தேவையும் இந்திய அறிவுத்துறைக்கு ஏற்பட்டது). 'பொய்த்தெய்வம்' என்று இழிக்கப்படும் நிலை புத்தருக்கு அடுத்து அண்ணல் அம்பேத்கருக்கு நிகழ்ந்துள்ளது. (பார்க்க: அருண் ஷோரி எழுதிய Worshipping False Gods, 1997) உண்மையில் இந்த இரு பெரும் சிந்தனையாளர்களும் இந்திய வாழ்க்கை நெறிகளை மேல்நிலைப்படுத்தவும் மக்களை ஒன்றிணைக்கவும் தம் வாழ்வை அளித்தவர்கள். அப்பணியை ஒடுக்கப்பட்ட மக்களிடமிருந்து தொடங்கியவர்கள். ஆனால் இருவருமே இந்தியப் பெரும்பான்மையினரின் வெறுப்புக்குரிய

குறியீடாக மாற்றப்பட்டனர். புத்தரை விஷ்ணுவின் ஒரு வடிவமாக மாற்றியதன் மூலம் இந்திய வரலாற்றில் அவரது தத்துவம் வலுவிழக்கச் செய்யப்பட்டது. அம்பேத்கரை ஒரு சாதித்தலைவராக அடையாளப்படுத்தி, அவரது ஆழமான ஆய்வுகளைப் பற்றி அமைதிகாத்து மறதிக்குள் தள்ளிவிடவும், இந்தியச் சிந்தனை மரபிலிருந்து அவரை வெளியேற்றவும் முயற்சிகள் நடந்துகொண்டிருக்கின்றன. நவீன அறிவு-அறம் எதற்கும் தொடர்பற்ற பிற்போக்குவாதிகளை இந்தியத் தத்துவத்தின் தந்தைகள், தேசியச் சிந்தனையின் திருவுருவங்கள், இந்திய அறிவின் மூலவர்கள் என்று கொண்டாடிக்கொண்டிருக்கும் அறிவு மறுப்புநிலை தொடர்ந்து கொண்டேயிருக்கிறது.

ஆனால் அம்பேத்கரின் நூற்றாண்டு நிகழ்வுகளுக்குப் பின் உருவான ஒரு அறிவெழுச்சி இந்தியச் சிந்தனைத் தளங்களை வெகுவாகப் பாதித்து புதிய பரிசீலனையை, மறுபார்வைகளை உருவாக்கித் தந்திருக்கிறது. இந்தப் புதிய மறு சீரமைப்பு, இந்திய தலித் அரசியலின் 'மூன்றாம் கட்ட' விளைவால் உருவானது எனலாம். தலித் அரசியலின் முதல் கட்டம் மகான் அயோத்திதாசர், அண்ணல் ஜோதிபா புலே போன்ற சமூகச் சீர்திருத்த சிந்தனையாளர்களின் கால கட்டத்தில் அமைந்தது. இரண்டாவது கட்டம் அம்பேத்கரால் வழிநடத்தப்பட்ட அரசியல், சமூக, பொருளாதாரத் திட்டங்களைக் கொண்ட காலகட்டம். அது தனித்தொகுதி, இடஒதுக்கீடு தொடங்கி தீண்டாமையை தண்டனைக்குரிய குற்றமாக அரசியல் சட்டத்தில் அறிவிக்கும் வரையிலும் தொடர்ந்த ஒரு நெடிய போராட்ட காலகட்டம். அதற்குப் பின் வந்த தலித் அரசியலை ஒரு காத்திருப்புக்கான காலகட்டம் அல்லது பொறுத்திருத்தலுக்கான காலகட்டம் என்றே சொல்ல வேண்டும்.

மூன்றாம் காலகட்டம் என்பது தலித் அரசியல் முன்னோடிகள், தலித் அரசியலின் தலைமைச் சிந்தனையாளர் அம்பேத்கர் ஆகியோரின் கருத்தியலை ஏற்றும், இடைக்கால இந்தியச் சமூக-அரசியல் படிப்பினைகளைப் புரிந்துகொண்டும் உருவான புதிய அரசியல் செயல்பாடு மற்றும் கருத்தியல்களைக் கொண்ட ஒரு காலகட்டம். இந்திய குடியரசுக் கட்சி 1950-களிலிருந்து செய்த முயற்சிகள், மராத்திய அனுபவம் உருவாக்கிய 'இந்திய தலித் சிறுத்தை' இயக்கம் 1970-களில் அளித்த பங்களிப்பு என்பவை அம்பேத்கரின் தொடர்ச்சியாக அமைந்து அதே

சமயம் காத்திருப்பு அரசியலைக்கொண்ட காலகட்டத்தைச் சார்ந்தவை. 1992-க்குப் பிறகான மூன்றாம் கட்ட தலித் அரசியல் அடையாளம் என்பது புதிய பொருளாதாரக் கொள்கை, உலக மயமாதல், சந்தைப் பொருளாதாரம், பன்னாட்டு முதலீட்டியம் என்பவற்றின் விளைவுகளை எதிர்கொண்டதுடன், இந்து-இந்தியா அடிப்படைவாதத்தின் மறு எழுச்சியையும் அதன் தாக்குதலையும் சந்தித்து உருவான ஒன்று.

இந்த மூன்றாம் கட்ட தலித் அரசியல் மற்றும் தலித் சிந்தனையின் தமிழ் அடையாளமாகவும் அதற்கு அறிவார்ந்த வடிவம் தருபவராகவும் உருவாகி நிற்பவர்தாம் விடுதலைச் சிறுத்தைகள் கட்சியின் தலைவர் தொல்.திருமாவளவன் அவர்கள். அவரது பல்வேறு செயல்பாடுகளில் ஒன்றான எழுத்து வழி அரசியல் என்பதைப் பற்றிப் பேசுவதற்கும் புரிந்து கொள்வதற்கும் தற்போது நம்முன் இருப்பவை 'அமைப்பாய்த் திரள்வோம்' என்ற தலைப்பின் கீழ் அவரால் எழுதப்பட்டுள்ள தொடர் கட்டுரைகள். இந்தக் கட்டுரைகள் தமிழில் எழுதப்பட பின்புலனாக அமைந்துள்ள தற்கால தமிழக, இந்திய அரசியல் குறித்தும் உலக அரசியலின் பல்வேறு போக்குகள் குறித்தும் அடிப்படையான புரிதல்களுடனேயே நாம் இவற்றை வாசிக்க வேண்டியுள்ளது. அம்பேத்கரின் சிந்தனைகள் மற்றும் செயல்பாடுகளுக்குப் பிறகான இந்தியச் சிந்தனை மரபில் வந்துள்ள தொல்.திருமாவளவன் அதற்கு அடுத்து நிகழ்ந்துள்ள அரசியல், சமூக, பொருளாதார மாற்றங்களைப் பகுத்து ஆய்ந்து தன் சிந்தனை மற்றும் அறிவுருவாக்க முறையை அமைத்துக்கொண்டிருக்கிறார் என்பதால் இவருடைய அரசியலாக்க முறையைப் பன்மை அரசியலின் பின்னணியிலும் உலக அரசியலின் பின்னணியிலும் புரிந்துகொண்டு வாசிக்க வேண்டிய தேவை உள்ளது. அவ்வகையான ஒரு வாசிப்பையே இங்கு நான் பதிவு செய்கிறேன்.

தோழர் தொல். திருமாவளவன் அவர்களின் வருகை தமிழக அரசியலில் நீண்ட காலமாக இருந்து வந்த ஒரு வெற்றிடத்தை நிரப்பியது எனலாம். திராவிட, தேசிய அரசியல் இரண்டும் தமிழகத்தில் பரவலாகும் முன்பே மகான் அயோத்திதாசர் மற்றும் அவரது தோழர்களால் உருவாக்கப்பட்ட திராவிட சபை, ஆதிதிராவிட ஜனசபை என்ற அமைப்புகள் மூலம் சமூகச் சீர்திருத்த அரசியல் முன்னெடுப்புகள் நடந்து வந்தன. சாதி மறுப்பு, தீண்டாமை ஒழிப்பு, தமிழர் என்ற ஒன்றுபட்ட அடையாளம்

என்பதைப் பற்றி முதலில் பேசியவர்கள், செயல்திட்டம் வகுத்தவர்கள் தலித் அரசியல் முன்னோடிகளாகவே இருந்தார்கள். அயோத்திதாசர் தன்னை 'திராவிட பிரதிநிதி' என்று குறிப்பிட்டுக் கொண்டார். தமிழர்கள் யார் என்பதை அவரே வரையறை செய்தார். 'தமிழன்' என்ற இதழை அவர் நடத்தி வந்ததற்கும், தமிழ் அறிவை, வரலாற்றை மறு உருவாக்கம் செய்வதற்கும் தமிழர்கள் என்ற பொது அடையாளத்தை உருவாக்குவதற்கும் அடிப்படையாக அமைந்த கோட்பாடு 'தீண்டாமை அற்ற தமிழ்ச் சமூகம்' என்பதாகவே இருந்தது. ஆனால் பிறகு ஏற்பட்ட அரசியல் மாற்றங்களில் ஒடுக்கப்பட்ட மக்களும் ஆதிதமிழர் பிரதிநிதிகளான தலைவர்களும் பின்தள்ளப்பட்டு விளிம்பு நிலைப்படுத்தப்பட்டனர்.

பகுத்தறிவு இயக்கம், சுயமரியாதை இயக்கம் என்பது பிராமணர்-பிராமணரல்லாதார் என்ற முரண்பாட்டுக்கு அளித்த அழுத்தத்தை தீண்டாமை கடைபிடிக்கும் தமிழர்கள்-தீண்டப்படாத தமிழர்கள் என்ற எதிரிடைகளுக்குத் தரவில்லை. பெரியார் சாதி மறுப்பு, தீண்டாமை விலக்கு, இந்து மத ஒழிப்பு, சமத்துவம் என்பனவற்றைத் தன் அடிப்படை கருத்தாக்கங்களாக வைத்திருந்தபோதும் அவருக்குப் பின்னிருந்த இயக்கம், குழு என்பது 'தலித் அல்லாத பிரிவினரை' மையமாகக் கொண்டிருந்தது என்பது வரலாற்று 'உள்மெய்'யாக இருந்து வருகிறது. ஒடுக்கப்பட்ட, தீண்டாமைக்குட்படுத்தப்பட்ட மக்களின் பிரதிநிதிகள் தேசிய இயக்கம், திராவிட இயக்கம், பொதுவுடைமை இயக்கம் என்ற அரசியல் இயக்கங்களிலும் பின் உருவான பதவி அரசியல் கட்சிகளிலும் பரவலாக இணைந்து செயல்பட்டு வந்தாலும், ஒடுக்கப்பட்டோரின் தலைமையின் கீழ் இந்த இயக்கங்கள் செயல்படும் வகையில் தம்மை வடிவமைத்துக் கொள்ளவில்லை. இதற்கு அடிப்படையாக அமைந்திருந்தது தீண்டாமை என்பதைப் புதிய வடிவில் ஏற்றுக்கொண்ட தற்கால அரசியல் உளப்பாங்கு என்றே கூறவேண்டும். மற்ற எந்த அரசியலையும்விட தமிழ்மொழி, தமிழ் இனம், தமிழர் அடையாளம் என்பனவற்றை அடிப்படையாகக் கொண்டு இயங்க நினைக்கும் கட்சிகள், இயக்கங்களின் தலைமை தலித் அறிஞர்களுக்கு வழங்கப்பட்டிருக்க வேண்டும். ஆனால் வெறும் உள்ளடக்கும் அடையாளமாக உறுப்பினர்கள், தொண்டர்கள், சிறப்புத் தொகுதியின் சட்டமன்ற, நாடாளுமன்ற உறுப்பினர்கள்,

ஒரு அமைச்சர் மற்றவர்கள் 'கட்சிப் பணியாளர்கள்' என்ற வகையிலேயே தமிழ்க் கட்சிகள் செயல்பட்டு வருகின்றன.

தமிழர் அரசியலை, தமிழ் அடையாளத்தை தலித் அரசியல் தலைமையிலிருந்து வழி நடத்தவும் வடிவம் தரவும் தலித் தலைமை ஒன்று உருவாகாமல் இருந்ததின் வெற்றிடத்தையே தோழர் தொல். திருமாவளவன் அவர்களின் வருகையும் வளர்ச்சியும் நிறைத்தது. ஒடுக்கப்பட்ட மக்களின் அரசியல் அடையாளமாகவும் தலித் கோட்பாடுகளுக்குக் களமாகவும், மாற்றுத் தமிழ் அடையாளத்தின் திரட்சியாகவும் அமைந்த விடுதலைச் சிறுத்தைகள் இயக்கம் 'அடங்க மறுப்போம், அத்து மீறுவோம், திமிறி எழுவோம், திருப்பி அடிப்போம்' என்ற வரலாற்று உணர்ச்சி செறிந்த வாசகத்துடன் தன் செயல்பாட்டைத் தொடங்கியபோது தோழர் திருமாவளவனின் உருவமும் குரலும் ஓய்வற்ற அமைப்பாக்கும் செயல்பாடும் தமிழக அரசியலின் ஒரு நூற்றாண்டு வெறுமையை மாற்றி அமைத்தது. 'என் உயிரினும் மேலான விடுதலைச் சிறுத்தைகளே' என்ற அந்த உள்ளத்தைத் தூண்டும் வாசகம் ஒலிக்கத் தொடங்கி இருபது ஆண்டுகளைக் கடந்துவிட்டது. இந்த இருபது ஆண்டுகளில் விடுதலைச் சிறுத்தைகள் இயக்கம், விடுதலைச் சிறுத்தைகள் கட்சியாக பாராளுமன்ற பங்கெடுப்பில் ஈடுபட்டதும், பல்வேறு கட்சிகளுடன் இணைந்து தேர்தல் அரசியலில் பங்கெடுத்துக் கொண்டதுமென நெடிய மாறுதல்கள் நிகழ்ந்து வந்துள்ளன. தற்போது 'அமைப்பாய்த் திரள்வோம், அங்கீகாரம் பெறுவோம், அதிகாரம் வெல்வோம்' என்ற செயல்திட்டம் முன்வைக்கப்பட்டுள்ளது. இந்த மாறுதல்களில் வளர்ச்சியும், தளர்ச்சியும், கடுமையும், மெலிவும், எழுச்சியும், சோர்வும் மாறி மாறி அமைந்திருக்கலாம். ஆனால் அதன் அடிப்படையாக அமைந்த கோட்பாடு, மெய்யியல், கருத்தியல் என்பது மிக வலிமையான தன்னாய்வுகளின் மீது கட்டப்பட்டுள்ளது என்பதை தோழர் திருமாவளவனின் எழுத்துகள் நமக்குத் தெளிவு படுத்துகின்றன.

அவரது பேச்சு தமிழகத்தில் ஒலிக்கத் தொடங்கியபோது ஏற்பட்ட வெறுப்புகள் வரலாற்றுப் பதிவுகளாக உள்ளன. ஒரு 'தலித் இளைஞர்' தமிழக அரசியலின் தலைமைகளைக் கேள்விக்குட்படுத்துவதா? என்ற எதிர்ப்புகள் பல்வேறு வழிகளில் வெளிப்பட்டன. அவருக்குப் பின்னால் ஒரு கோடி தமிழர்கள் திரண்டுகொண்டிருக்கிறார்கள் என்பது பெரும் அச்சுறுத்தலாகப் பார்க்கப்பட்டது. அவரது

குரலுக்குள்ளிருந்து 30 கோடி இந்திய ஒடுக்கப்பட்ட மக்களின் சீற்றம் வெளிப்பட்டது என்பது மறைக்கப்பட முடியாததாக மாறியது. தமிழர்களின் அடையாளமாகவும் மாறுதலுற்ற தமிழக வரலாற்றின் அடையாளமாகவும் செயல்பட வேண்டிய நிலை விடுதலைச் சிறுத்தைகள் கட்சிக்கும் அதன் தலைமைக்கும் உருவாகியது என்பது விபத்து அல்ல. அது வரலாற்றுத் தேவையும் நியாயமுமாக அமைந்த ஒன்று. அந்தத் தேவையை நிறைவேற்றுவதற்கான கோட்பாட்டுப் பின்புலம், சிந்தனை கடைக்கால், கருத்தியல் கட்டமைப்பு, மதிப்பீடுகள் சார்ந்த விரிவு, வழிகாட்டு நெறி என்பது 'விடுதலைச் சிறுத்தைகள்' என்ற செயல்படும் அமைப்புக்கு உள்ளது எனபதையே 'அமைப்பாய்த் திரள்வோம்' என்ற கட்டுரைகள் புலப்படுத்துகின்றன.

தமிழக அரசியலில் தலைமை வகித்துவரும் யாருக்கும் அமையாத நவீன-பின் நவீனப் புரிதலும், புலனறிவும் கொண்ட ஒரு நெறியாளராக, வழிகாட்டியாக, கோட்பாட்டாளராக தோழர் திருமாவளவன் தன்னை அமைத்துக் கொண்டிருப்பதை இக்கட்டுரைகள் தெளிவாக்குகின்றன. ஒரு இயக்கத்தலைவர் என்பதுடன் ஒரு கல்வியாளராக, ஒரு ஆய்வாளராக இந்தக் கட்டுரைகளின் மூலம் தன்னை வெளிப்படுத்திக் கொள்கிறார். அம்பேத்கரின் எழுத்தை, பேச்சை வாசிக்கும் அறிவுப் பயிற்சியுடைய யாருக்கும் அதன் வாத வலிமை, அறிவின் மீதான பற்று, வரலாற்றுத் தெளிவு என்பவை முதலில் வியப்பைத் தோற்றுவிக்கும். ஏனெனில் இந்திய அரசியலில் வேறு எந்தத் தலைவரும் இந்த வகைப் பயிற்சியும் முதிர்ச்சியும் கொண்ட அறிவு மரபைச் சார்ந்தவர்கள் இல்லை என்பதை அந்த எழுத்துகள் புலப்படுத்தும். அதே வகை 'அறிவுச் செருக்கினை' நமக்குள் உணரக்கூடிய ஒரு நிலையை இந்தக் கட்டுரைகள் தோற்றுவிக்கின்றன. அவற்றின் கட்டமைப்பு, அறிவமைப்புமுறை என்பவை தற்போது உலக அளவிலான அரசியல்-சமூக உரையாடல்களைப் புரிந்துகொண்ட இந்திய அரசியல் சொல்லாடலின் தன்மையைக் கொண்டுள்ளது. அத்துடன் இக்கட்டுரைகள் இரண்டு வகையான 'கேட்போரை' 'ஏற்போரைக்' கொண்டுள்ளன.

முதல் கட்டத்தில் இக்கட்டுரைகள் உணர்வெழுச்சியில் ஒன்றுதிரண்ட, தன் அடிமைத்தனத்தை மறுத்து எழுந்துள்ள ஒடுக்கப்பட்ட தமிழ் இளைஞர்களுக்கு அரசியல் அறிவையும், கோட்பாட்டுப் பயிற்சியையும் அளிக்கின்றன. இரண்டாவது

கட்டத்தில் தலித் அல்லாத சமத்துவம், சுதந்திரம், சமநீதி என்பதை ஏற்ற நவீன மக்கள் குழுவினருக்கு எதிர்கால அரசியலைப் புரிய வைக்கும் முயற்சியை மேற்கொள்கின்றன.

இந்த இரண்டும் ஒன்றாக இணையும்போது மற்றொரு 'விடுதலை அரசியல் கோட்பாட்டு' உரையாடலாக மாறுகின்றன. இந்த உரையாடலுக்கு அடிப்படையாக அமைவது 'சுரண்டும் வர்க்கத்தினரிடையே கூட்டமைப்பாதல் எளிதில் நிகழ்தலைப் போல சுரண்டப்படும் உழைக்கும் வர்க்கத்தினரிடையே நிகழ்ந்து விடுவதில்லை' என்ற புரிதல். இதனடிப்படையில்தான் தலித் அரசியலின் இயங்கியலைப் பற்றி இக்கட்டுரைகள் பேசுகின்றன.

"ஆண்-பெண் வேறுபாடு இயங்கியல் போக்கில் நிலையாக அமையப் பெற்றுள்ள ஒன்றாகும். இதனை அடிக்கட்டுமானம் என்று புரிந்து கொண்டால், ஆணாதிக்கம் என்பது இடைக்காலமாக அமையப் பெற்றுள்ள அல்லது பெண்களின் மீது திணிக்கப்பட்டுள்ள மேல் கட்டுமானமாகப் புரிந்து கொள்ள முடியும்."

(அமைப்பாதலும் அரசியல்படுத்தலும்
கட்டுரையில் தொல். திருமாவளவன்)

அமைப்பாய்த் திரள்வோம் கட்டுரைகளின் பொது அமைப்பையும் அதன் கருத்தியல் விரிவுகளையும் அடையாளப்படுத்திப் பார்ப்பதன் வழியாக அவற்றின் கோட்பாட்டுச் செறிவுகளை நாம் புரிந்து கொள்ள முடியும். தலித் அரசியல் தனது கோட்பாட்டு அடிப்படைகளாக மார்க்ஸியம், அம்பேத்கரியம் இரண்டையும் கொண்டுள்ளன. தொல். திருமாவளவன் அவ்வகையில் தன்னை மார்க்ஸிய வழி வந்த அம்பேத்கரியவாதியாகவே வளர்த்தெடுத்துக் கொண்டவர். இந்த இரண்டையும் கடந்து மொழி, இன அரசியல் மற்றும் பண்பாட்டு-அடையாள அரசியல் என்பனவற்றைத் தனது செயல்திட்டத்தில் இணைத்துக்கொண்டதன் வழியாகப் பின்காலனிய-பின்நவீன அரசியல் புரிதலைக் கொண்டவராகத் தன்னை விரிவுபடுத்திக் கொள்கிறார். முரண்பாடுகள், மோதல்கள் என்பவற்றால் வரலாற்றை விளக்குவது என்ற வகையில் மார்க்ஸியம் நவீன அறிவின் தவிர்க்க முடியாத அடிப்படையாக மாறியிருக்கிறது. இந்த முரண்பாட்டை சமூகத்தளத்தில் உழைக்கும் வர்க்கம்-சுரண்டும் வர்க்கம் என்று பிரித்து அறிவதன் மூலம் இக்கட்டுரைகள் முதல் கட்டத்தில் மார்க்ஸிய அடிப்படைகளைக் கொண்டிருக்கின்றன. அடுத்து அம்பேத்கரிய அடிப்படையில்

சாதி, மதம் என்பவற்றின் இடத்தை விளக்கும் நிலையில் இந்தியச் சமூகத்தின் அடிப்படைச் சிக்கலை, சமூகத் தீமைகளை அடையாளம் காட்டுகின்றன.

"சனநாயகமும், சமத்துவமும் பரவலாக்கப்பட வேண்டுமென்கிற தேவையின் அடிப்படையில் மனிதன் தொடர்ந்து போராட வேண்டியிருக்கிறது. சனநாயகம் பரவலாக்கப் பட்டாலொழிய சமத்துவம் என்பதை இச்சமூகக் கட்டமைப்பில் உருவாக்கவே இயலாது."

"இத்தகைய சனநாயகத்துக்கான-சமத்துவத்துக்கான விடுதலைப் போராட்டங்களை முன்னெடுப்பதற்கு ஏற்கனவே, இச்சமூகக் கட்டமைப்பிலுள்ள சாதி, மதம் என்கிற அமைப்புகளால் இயலாது. எனவே சாதி கடந்து, மதம் கடந்து, ஒரு புதிய அமைப்புக் கொள்கை சார்ந்து கட்டமைக்க வேண்டிய தேவை எழுகிறது."

"சாதியும், மதமும் மனிதர்களின் கற்பிக்கப்பட்ட கட்டமைப்புகளாகும்."

என்று விளக்குவதன் மூலம் 'நவீன பொது அரசியலின்' தேவை முன்வைக்கப்படுகிறது. அடுத்து உருவாகும் பன்மை அரசியல் என்ற நிலை உலகமயமாதலுக்குப் பின்னான கொடிய விளைவுகளை அடையாளம் கண்டு உருவாகும் ஒன்றாகும். இதனை அதிகாரத்தைப் பகிர்ந்து கொள்ளும் உரிமை என்று அடையாளப்படுத்துகின்றன இக்கட்டுரைகள்.

இந்தப் பன்மை அரசியலில் பெண்ணியம், விளிம்புநிலைப்பட்டோர் உரிமை, தேசிய-சிறுபான்மை இனங்களின் தன்னுரிமை என்பனவற்றை இணைத்துக் கொள்ளும் திட்ட வரைவு புதிய அரசியலின் தொடக்கமாகும். இதனை "யார் யாரெல்லாம் சனநாயகம் மறுக்கப்பட்டவர்களோ, சமத்துவம் மறுக்கப்பட்டவர்களோ, தொடர்ந்து நசுக்கப்பட்டு வரும், சுரண்டப்பட்டு வரும் பிரிவினரே. அவர்கள் அனைவரையும் ஒரு கட்டமைப்புக்குள் அணிதிரட்ட வேண்டியுள்ளது." என்று விளக்கி "அனைத்து ஒடுக்கப் பட்டவர்களும் சிறுபான்மையினத்தவர்களும்" என்ற விரிவான ஒரு இணைப்பைத் தருகிறார் தொல். திருமாவளவன். இந்தப் பன்மை மற்றும் வேறுபாடுகள் ஏற்கும் கொள்கை இனிவரும் அரசியலுக்கான புதிய அடிப்படையை வழங்குகிறது. இதனை முன்மொழியும் உரிமையும் தகுதியும்

வரலாற்று நியாயமும் தலித் அரசியலுக்கு மட்டுமே உண்டு என்பதும் இங்கு உறுதிப் படுத்தப்படுகிறது.

"உழைப்பவன் உயிர்வாழ மட்டுமே தகுதியுடையவன், ஏனென்றால் உயிர் வாழ்ந்தால்தான் அவன் தொடர்ந்து உழைக்க முடியும்' என்கிற கருத்தை உள்ளடக்கியதுதான் பாசிசத்தின் அடிப்படையாகும்." - தொல். திருமாவளவன்

"எந்தவொரு கொள்கைக்கும் அதனோடு தொடர்புடைய கோட்பாட்டுப் பின்னணி உண்டு. கோட்பாட்டுப் பின்னணி இல்லாதவை கொள்கைகளாக இல்லாமல் வெறும் கோரிக்கைகளாகவே இருக்கும்" என்ற புரிதலைக் கொண்டு இக்கட்டுரைகள் அமைக்கப்பட்டுள்ளன. அதனாலேயே ஒவ்வொரு கட்டுரையும் வரலாற்று, மானுடவியல், அரசியல், இயங்கியல் என்பவற்றின் அடிப்படைகளுடன் தொடங்கி தன் முதன்மைக் கருத்துகளை விளக்குவதாக விரிவடைகின்றன. அவ்வகையில் இக்கட்டுரைகளை அரசியல் தத்துவம் சார்ந்த நெடிய உரையாடலாகவும் 'அனைவருக்கும் சனநாயகம், அனைவருக்கும் அதிகாரம்' என்ற நவீன வாழ்வியல் நோக்கிய தொடர் ஆய்வுரையாகவும் வாசிக்க முடிகிறது. குறிப்பாக ஏகாதிபத்திய எதிர்ப்பு, பாசிசத்திற்கு எதிரான தகவமைப்பு என்பவை இக்கட்டுரைகளின் ஊடு இழைகளாக விரவியுள்ளன. இவை ஒரு அரசியல் கட்சி மற்றும் சமூக இயக்கத்தின் தலைவரால் முன்வைக்கப்படுகின்றவை என்பதால் வரலாற்று முக்கியத்துவம் பெறுவதுடன் ஒரு கோட்பாட்டுத் தொகுதியின் செறிவையும் வலிமையையும் பெறுகின்றன.

உடல் அரசியல், சுற்றுச்சூழல் மற்றும் இயற்கை சார் மாற்றுப் பொருளாதாரம், மண் சார்ந்த அறிவியல் என்ற தளங்களில் தொல். திருமாவளவன் கொண்டுள்ள தற்காலத் தன்மை கொண்ட கருத்தமைவுகள் உலக அளவிலான மாற்றுச் சிந்தனையாளர்களின் தொடர்ச்சியாக அமைந்துள்ளன. இந்த நவீனத்தன்மைக்குப் பிறகான மாற்றுத் திட்டங்களுக்கும் முற்போக்கு அரசியலுக்கும் இடையில் இந்திய அரசியல் களத்தில் பெரும் முரண்பாடும் விலகுதலும் உள்ளது என்பதை நாம் கவனத்தில் கொள்ளும்போது தோழரின் புரிதல் மிகுந்த வரலாற்று முக்கியத்துவம் கொண்டது என்பது தெளிவாகும். இக்கால வர்க்க விடுதலை அரசியலாகத் தன்னை முன்வைக்கும் 'மார்க்ஸிய கட்சிகள்' தொழில்நுட்பம், அறிவியல் என்பனவற்றை மையமாகக் கொண்ட உற்பத்தி,

வளர்ச்சி என்பனவற்றை விடுதலைக்கானதாகத் தொடர்ந்து முன் வைத்து உழைக்கும் உடல்களை, மண் சார்ந்த மக்களை, விளிம்பு நிலைப்படுத்த துணைபோகும் நிலையில் தலித் அரசியலின் பகுதியாக மண்சார் அறிவியல், நிலம்சார் பொருளாதாரம் என்பவை முன்வைக்கப்படுவது மாற்றங்களை அடித்தளம்வரை கொண்டு செல்லும் அரசியல் திட்டமாக அமைகிறது. சாதி அமைப்பும் தீண்டாமையும் சந்தைப் பொருளாதாரம் மற்றும் பன்னாட்டு முதலீட்டு வளர்ச்சியின் போது தளரவும் மறையவும் வாய்ப்புள்ளது என்ற நம்பிக்கை தற்பொழுது பொய்யாகியுள்ளது. தலித் மற்றும் உழைக்கும் மக்கள் மேலும் வாழ்வுரிமை இழந்து கொண்டிருப்பதுடன் சாதி-ஆதிக்க சக்திகள் வலிமையாகிக் கொண்டிருக்கின்றன. நகர்மயமான வாழ்வு தீண்டாமையின் கடுமையை 10 சதவீதம் கூட குறைக்கவில்லை. வேலை வாய்ப்பை வெள்ளமாகப் பெருக்கித்தரும் என்று போற்றிப்பாடப்பட்ட பன்னாட்டு நிறுவனங்கள், தனியார் முதலீடுகள் என்பவை இந்திய அரசியல் சட்டம் ஒடுக்கப்பட்ட மக்களுக்கு உறுதிசெய்துள்ள வேலை பெறும் உரிமையை அளிக்காததுடன் அவர்களின் வாழிடங்களையும் கொள்ளையிட்டுக் கொண்டிருக்கின்றன. உலகமயமான ஏகாதிபத்திய பொருளியல்-அரசியல் சக்திகள் தமிழீழம் போன்ற இன விடுதலைப் போராட்டங்களை அழித்தொழிக்கின்றன. பன்னாட்டு முதலாளிகளுக்கு மண்ணின் மக்களும் அவர்தம் நிலம்சார் வாழ்வாதாரங்களும் பலியிடப்படுகின்றன. தற்போது தலித் அரசியலின் பணிகளும் செயல்திட்டங்களும் விரிவாகி இருப்பதுடன் கடினமான உழைப்பைக் கோருகின்றனவாகவும் மாறியுள்ளன. இந்தப் படிப்பினைகளின் பின்னணியில் மண்ணுரிமை, மரபு மீட்பு, இயற்கை பேணும் வாழ்வியல், இனஉரிமை கொண்ட தலித் அரசியல் கோட்பாடு ஒன்றை விடுதலைச் சிறுத்தைகள் கட்சிக்கு அளிக்கும் இக்கட்டுரைகள் வரும் காலத்தில் மிகுந்த பெருமதி கொண்டவையாகவும் அடுத்த தலைமுறை அரசியல் செயல்பாட்டாளர்களுக்கு வழிகாட்டியாகவும் அமையும்.

'மக்களை அரசியல்படுத்தல்' என்ற செயல்திட்டம் தற்கால விடுதலைக் கருத்தியல்களின் மிக அடிப்படையான கூறாகும். அரசியல்படுத்தல் என்பது கோட்பாட்டுத் தெளிவையும் அறிவையும் வளர்த்தல் என்பதில் தொடங்குகிறது. இதனையே இக்கட்டுரைகள் தொடர்ந்து விளக்கிச் சொல்கின்றன. உழைப்பு, சுதந்திரம், அதிகாரப் பகிர்வு என்கிற அடிப்படைகளை அரசியல்

கூறுகளாகக் கொண்டு தன் கோட்பாட்டுக் கட்டமைப்பை செய்யும் இக்கட்டுரைகள் தேசிய இனம், மொழித் தேசியம் என்ற அடையாளங்களையும் தன் அரசியல் இயங்கியலுக்குள் இணைத்துக் கொள்வதன் மூலம் ('தமிழீழத்தில் அத்தகைய தேசிய இனவிடுதலைப் போராட்டமே நிகழ்ந்து கொண்டிருக்கிறது' என்று அடையாளப்படுத்துவதன் வழியாக இந்திய தலித் இயக்கங்களுக்கு ஒரு புதிய புரிதல் அளிக்கப்படுகிறது) இருபத்தோராம் நூற்றாண்டில் நிகழ்ந்து கொண்டிருக்கும், இனி நிகழப்போகும் பல்வேறு அரசியல், சமூக, அறிவுநிலை மறுசீரமைப்புகள், அடிப்படை மாற்றங்களுக்குத் தன் பங்களிப்பைச் செய்யும் அரசியல் செயல்பாட்டாளர்களை உருவாக்குதல் என்ற நோக்கத்தைக் கொண்டுள்ளன என்றே கூற வேண்டும்.

இக்கட்டுரைகளின் அமைப்பு முறையும் அதன் மொழியும் குறிப்பிடத் தகுந்த விளக்க முறையையும் செறிவையும் கொண்டுள்ளன. தோழரின் வலிவு கொண்ட பேச்சுகளையும், நட்பார்ந்த உரையாடல்களையும் கேட்டுப் பழகியவர்களுக்கு அவர் கையாண்டுள்ள தளர்த்த முடியாத 'தர்க்க முறை' புதுமையான அனுபவமாக அமைகிறது. ஒரு தேர்ந்தறிந்த எடுத்துரைப்பு முறையை அவர் கையாண்டிருக்கிறார். இக்கட்டுரைகளின் மொழி தமிழைக் கோட்பாட்டுத் தளத்தில் பயன்படுத்துவதில் உள்ள இடர்களை மிக இலகுவாகத் தாண்டிச் சென்றுள்ளது. கோட்பாடு சார்ந்த சொற்கள், தொடர்களை இந்த உரையாடல்கள் மிக இயல்பாகத் தம் போக்கிலேயே வாசகருக்குக் கற்பித்து விடுகின்றன.

இக்கட்டுரைகளில் முதன் முறையாக கோட்பாட்டு, அரசியல் வரைவுரையில் பயன்படுத்தப்படும் பல சொற்கள்; உள்ளன. 'குடும்பம் என்பது பன்மையில் ஒருமை', 'சாதி கடந்த சனநாயகம்', 'கற்பிதக் கொள்கை' 'எளியோர் அமைப்பாவது எளிதான ஒன்றல்ல' 'அறிவு என்கிற ஆற்றல்' 'கருத்தியல் தலைமை' 'தோற்றமளிக்கும் தலைமை' எனப் பலவற்றை கோட்பாட்டு வடிவமுற்ற மொழிக்கு எடுத்துக்காட்டுகளாகக் கொள்ளலாம். தெளிதமிழ்ச் சொற்களை தோழர் தன்வயமாகக் கையாள்வது அவரது முழுச்சிந்தனையிலும் மொழி உணர்வு ஊறிக்கிடப்பதை உணர்த்துகிறது.

அதேபோல மிகப் புரட்சிகரமான கோட்பாட்டு வலியுறுத்தல்கள் கூட ஒற்றை வாக்கியத்தில் செறிவாக அடுக்கப்படுவதைக் குறிப்பிட்டாக வேண்டும். "கணவனும் மனைவியும் ஒரே குடும்பமாய் வாழ்ந்தாலும் ஆண்-பெண் என்கிற இடைவெளி இருந்தே தீரும்"

என்ற நவீன பெண்ணியக் கூற்று தொடங்கி "சனநாயக நோக்கில் நிகழும் நிறுவனமயமாதல் வரும் தலைமுறைகளுக்கும் ஒரு அமைப்பு தன்னியல்பாக இயங்கும் வலிமையைக் கொடுக்கும்", "அதிகாரக் குவிப்பை நிகழ்த்தினால் அது முடிநாயகம், மக்களிடத்தில் அதிகாரப் பரவலாக்கத்தை நிகழ்த்தினால் அது குடி நாயகம்" "மக்களுக்கான கல்வி, மக்களுக்கான உற்பத்தி, மக்களுக்கான பண்பாடு போன்றவற்றை உறுதிப்படுத்த இயலாத ஒரு அரசு அல்லது ஆட்சி மக்களால் உருவாக்கப்பட்டதாக இருந்தாலும் அது மக்களாட்சியாக இருக்க இயலாது.", "அடிப்படைத் தேவைகளைப் போல ஒவ்வொரு மனிதனுக்கும் அடிப்படை உரிமைகளும் இன்றியமையாதவையாகும்" என்பன போன்று மனிதவுரிமைக் கருத்துகள் விரவி அமைந்துள்ள தொடர்கள் வரை கோட்பாட்டு மொழியின் தெளிவான பதிவுகளாக அமைந்துள்ளன.

சேரி, ஊர் என இரண்டாக உள்ள தமிழ், இந்தியச் சமூகத்தில் தீண்டாமைக்குட் பட்டோருக்கும்-பிற சாதிக்கும் எனத் தனித்தனியான இடு-சுடுகாடுகள் உள்ள ஒரு மண்ணில் இன்னும் வாழ்ந்து கொண்டிருக்கும் நாம் அடிப்படைகளைத் தகர்த்து புதிய சமூகத்தை, அரசியலை, பண்பாட்டை எப்படியும் உருவாக்க முடியும் என்ற நம்பிக்கையுடனேயே நவீன வாழ்வு முறைகளூடாகச் செயல்பட்டுக் கொண்டிருக்கிறோம். அதற்கான கருத்தியல், கோட்பாட்டு, கொள்கைத் தளங்ளை, கட்டமைப்புகளை உருவாக்குவதுடன் சிறுசிறு மாற்றங்களூடாக விடுதலைக்கானதும் மாறுதலுக்கானதுமான அமைப்பை நோக்கி நகர்ந்து கொண்டிருக்கிறோம். இந்த வரலாற்று மாற்றங்களுக்கு ஊக்கமளிக்கவும், அவற்றுக்கு உருவமளிக்கவும் நமக்குத் தத்துவம் சார்ந்த தலைமைகள் தேவைப்படுகின்றன. அத்தலைமைகள் என்பவை குரலற்ற ஒடுக்கப்பட்ட மக்களின், குழுக்களின் கனவை, ஏக்கத்தை, எதிர்ப்பை, விடுதலைக்கான போராட்டங்களை உருவகிப்பவையாகவே அமைகின்றன. அவ்வகை அடையாள உருவகத்தின் தேவையைத் தன் இருப்பின் வழியாகவும் செயல்பாடுகளின் வழியாகவும் நிறைவேற்றி, மாறுதலுற்ற தமிழக வரலாற்றின் குறியீடாகவும் தமிழ் அடையாளமாகவும் அமைந்துள்ள தோழர் தொல். திருமாவளவன் அவர்களின் சிந்தனைக் களம் என்பது மாற்று அரசியலின் மிக அடிப்படையான பகுதியை அடையாளம் காட்டுகிறது.

சாதி ஆதிக்கம் கெட்டிப்பட்டு உள்ள, சாதி வெறித்தனம் கிட்டித்துக் கிடக்கிற இன்றைய ஊடக வெளியிலும் மொழித்தளத்திலும் வரலாற்றிலிருந்து மறைக்கப்பட்டு ஒரு சமூகத்தின் குறியீடாக மட்டுமின்றி மாறுதலடைந்த தமிழ் அடையாளமாகவும் வெளிப்பட்டு ஒலிக்கும் இக்குரல் தற்கால அரசியலின் மிக அடிப்படையான கூறுகளை விளக்கி சொல்கிறது. தன் சமூகத்தின் மீதான ஒடுக்குதலுக்கும் வன்முறைக்கும் எதிரான சீற்றத்தையும், எதிர்ப்பையும் மட்டுமே கொண்டு செயல்பட்டால்கூட வரலாற்றில் நியாயமான இடத்தைப் பெறத் தகுந்த இந்த இயக்கம் தற்போது ஒடுக்கப்பட்டோர், மாற்றங்களை விரும்புவோர் அனைவருக்குமான கோரிக்கைகளை, திட்டங்களை கொண்டு விரிவடைகிறது. அதற்கான தத்துவ, கோட்பாட்டு, வழிகாட்டு நெறிகளுக்கான பயிற்சியை, படிப்பினையை, கல்வியை இக்கட்டுரைகள் அளிக்கின்றன.

காலனிய ஆதிக்கம் போல் வேறு நிலத்தின் அடக்குமுறையோ, இன மோதல்கள் போல இருவேறு இனங்களின் முரண்களோ, அடிமை முறையில் உள்ளது போல உள்ளடக்கிய ஒடுக்குதலோ, பெண்ணடிமைத்தனம் போல ஒவ்வொரு குடும்ப அலகிற்குள்ளும் உள்ளடங்கிய வன்முறையோ, வர்க்கச் சுரண்டல் போல இருவகை வர்க்கங்களுக்கிடையிலான பகைமையோ இன்றி தீண்டாமை என்பது வெளியே வைத்தும், வெளியேறிச்செல்லும் வழியை அடைத்தும் முழுமையான கண்காணிப்புக்குள் வைத்து நடத்தப்படும் தொடர் வன்கொடுமையாகும். வெறும் உழைப்பு தரும் உடல்களாக மட்டுமே ஒரு சமூகத்தை விளிம்பில் வைத்து அதன் விழுமியங்களைச் சிதைத்துவிடும் வன்முறையாகும். இந்த வரலாற்றுக் கொடுமை நவீன தேசிய அரசும், தேசக் கட்டமைப்பும் கொள்கையளவில் ஏற்கப்பட்டுள்ள இன்றும் தொடர்கிறது எனில் அதற்கான எதிர்வினை நிச்சயம் அமைதியான ஒப்படைப்பாகவோ ஒப்பந்தமாகவோ இருக்க முடியாது என்பதை நினைவில் கொண்டால், தற்போதைய தலித் அரசியலின் பொறுப்பும்-பொறுமையும் எவ்வளவு வலிமை மிக்கது என்பது தலித் அல்லாத அறிவுத்துறையினருக்கும் கூட புரியவரும். இன்றுள்ள இந்திய அரசியலில் தலித் அரசியலின் இடம் என்ன, செயல்பாடு எவ்வளவு கடினமானது என்பது தெரியவரும். அந்தப் புரிதலுக்குப்பின் இக்கட்டுரைகள் எந்த வகை அரசியல் கோட்பாட்டு நெறிகளை உருவாக்கித்தரும் முயற்சிகள் என்பதும் தெளிவாகும்.

ஒடுக்கப்பட்டோரை வெளிநிறுத்திய தமிழ் அடையாளத்தை மாற்றும் முதல் செயல்பாடு தமிழை ஒடுக்கப்பட்டோர் மொழியாக்கிக்கொள்வது. இனி யார் தமிழர், யார் தமிழர்த் தலைவர், எது தமிழ் அரசியல் என்பது இழைபிரித்து விவாதிக்கப்பட வேண்டும். அந்த விவாதத்தை தோழரின் இக்கட்டுரைகள் முன்னெடுத்துச் செல்கின்றன.

பன்மெய் அரசியலின் களம்:

காலம் தோறும் உருவாகும் கருத்தியல் தலைமைகள் இந்தியச் சமூகங்களில் சாதி காக்க, சனாதனம் காக்க உருவாக்கப்படுகின்றவைதான் இலக்கியங்களும் அறநெறிக் கதைகளும். இச்சமூகங்களின் உண்மை நடப்பையும் அவற்றின் உள்கட்டமைப்பையும் மறைத்து அனைத்தும் புனிதமாகவே உள்ளன என்றும், அனைத்தும் நிறைவாகவே உள்ளன என்றும் போதித்து மாற்றங்கள் தேவையில்லை, வளர்ச்சியே வாழ்க்கை எனப் போதிக்கும் கருத்தியல் செயல்பாடுகள்தான் தத்துவங்கள் என்று புகழப்பட்டுள்ளன.

உழைப்பு, சுதந்திரம், உணவு (Work, Freedom, Bread) என்பது நாசிச-பாசிச கருத்தியல் மட்டுமல்ல மனித விழுமியங்களை நசுக்கி அடிமைத்தனத்தின் மேல் கட்டப்பட்ட அனைத்து சமூகங்களின் உறுதிமொழியும் இவைதான்.

சாதிக் கட்டமைப்பின் குரலும் இதுவே. சாதியும்- தீண்டாமையும் இந்திய உற்பத்தி-உழைப்பு உறவுகளை மட்டுமின்றி பண்பாட்டு, சமய இயக்கத்தையும் தனிமனித உளவியல்புகளையும் கட்டுப்படுத்தி வரும் கட்டமைப்பு. இதனைத் தகர்ப்பதற்கான போராட்டத்தை முன்னெடுத்த அயோத்திதாசரின் விடுதலை கருத்தியல் பெரும் உடைப்புகளை மட்டும் செய்யவில்லை ஆற்றலுடைய மாற்று அமைப்புகளையும் அடையாளம் காட்டியது.

இந்திய மாற்றுக் கருத்தியலின் பன்முக உருவமாக, விடுதலைக்கான தத்துவ-அரசியல் வடிவமாக நிற்கும் பாபாசாகேப் அம்பேத்கர் உருவாக்கிய மரபைத் தொடர்வதற்கு ஒவ்வொரு மொழியிலும் கருத்தியல் தலைமைகள் தேவை. இன்று தமிழகத்தில் தோழர் தொல்.திருமாவளவன் அதனை அளித்து வருகிறார். அவருடைய குரல் பிற இந்திய தலித் விடுதலைத் தலைமைகளில் இருந்து

பலவகைகளில் வேறுபட்டது. உலக அரசியலையும், பன்மெய் அரசியலையும் தன் களமாகக் கொண்டது.

***